ചുവരും ചിത്രങ്ങളും

സുഭാഷ് വലവൂർ

തിരുവനന്തപുരം എസ്.എം.വി ഹൈസ്കൂൾ, ഗവണ്മെന്റ് ആർട്സ് കോളേജ്, മഹാത്മാഗാന്ധി കോളേജ്, യൂണിവേഴ്സിറ്റി ഈവനിംഗ് കോളേജ്, സ്കൂൾ ഓഫ് കമ്മ്യൂണിക്കേഷൻ ആൻഡ് മാനേജ്മെന്റ് സ്റ്റഡീസ് എന്നിവിടങ്ങളിൽ വിദ്യാഭ്യാസം. തിരുവനന്തപുരത്തു താമസം.

പ്രസിദ്ധീകൃതമായ കൃതികൾ:

ആത്മധ്വനി (കവിതകൾ), രുക്മിണീസ്വയംവരം സുവിശേഷം-ഒരു അരുണാക്ഷരപ്പതിപ്പ്(ആത്മീയപഠനം). യാത്രകൾ-ഒരല്പം പൈതൃകനോട്ടവും (യാത്രാവിവരണം). ദിവംഗതനായ സാനന്ദ രാജിന്റെ ലേഖനങ്ങൾ 'ക്രിസ്തു വാതിലിനു പുറത്താണ്' എന്ന പേരിൽ സമാഹരിച്ചു പ്രസിദ്ധീകരിച്ചിട്ടുണ്ട്. സ്വദേശം തൃശൂർ ജില്ല യിലെ പഴയന്നൂർ.

ഭാര്യ: ആർ. ചിത്രാവർമ്മ

മകൻ: പ്രണോയ് എസ്. വർമ്മ

വിലാസം:

ഭാനുപ്രഭ, കെ.ആർ.എ ബി 108 (1),
ചട്ടമ്പിസ്വാമി നഗർ, കണ്ണമ്മൂല,
മെഡിക്കൽ കോളേജ് പി.ഒ,
തിരുവനന്തപുരം. പിൻ: 695 011
മൊബൈൽ: 9446453713
ഇമെയിൽ: subhashvalavoor@gmail.com

ചുവരും ചിത്രങ്ങളും

(ബാലസാഹിത്യം)

സുഭാഷ് വലവൂർ

FEMINGO BOOKS
കോട്ടയം
2024

വില: 150 രൂപ

CHUVARUM CHITHRANGALUM
Subhash Valavoor

Malayalam

Published by:-
FEMINGO BOOKS
femingobooks@gmail.com
Ph: 90740 98776, 8301034604

Cover Picture:
Kamaladevi

Cover Design:
Maxlab

Copyright:
Femingo Books

Printed in India
at Max

Edition:
First Editon March 2024

Price: Rs. 150
ISBN: 978-81-19940-64-6

പ്രസാധകക്കുറിപ്പ്

കേരളത്തിലെ ചുവർ ചിത്രങ്ങളെ കുട്ടികൾക്ക് പരിചയപ്പെടുത്തുകയാണ് സുഭാഷ് വലവൂർ ചുവരും ചിത്രങ്ങളും എന്ന പുസ്തകത്തിലൂടെ. എഴുത്തുകാരൻ കേരളത്തിലങ്ങോളമിങ്ങോളം സഞ്ചരിച്ചു കണ്ടെത്തിയ കാഴ്ചകളെക്കുറിച്ച് വിവരിക്കുകയും, സംരക്ഷണത്തിൽ സംഭവിച്ച പിഴവുകൾ കൊണ്ട് നാശോന്മുഖമായിരിക്കുന്ന കേരളത്തിലെ ചുവർചിത്രങ്ങളെ സംരക്ഷിക്കുന്നതിന്റെ പ്രാധാന്യത്തെക്കുറിച്ചു ഭാവി തലമുറയെ ബോധവത്കരിക്കുകയും ചെയ്യുന്ന പുസ്തകമാണിത്. മലയാളത്തിലെ സാംസ്കാരികസമൂഹത്തിന് മുതൽക്കൂട്ടാവുന്ന പുസ്തകം കുട്ടികൾക്ക് ഉപയോഗപ്രദമാകുന്ന വിധത്തിൽ ലളിതമായ ഭാഷയിൽ അവതരിപ്പിച്ചിരിക്കുന്നു.

ദുർഗ മനോജ്
ഫെമിൻഗോ ബുക്സ്

മുഖമൊഴി

പുരാതത്വപ്രാധാന്യമുള്ള ചുവർ ചിത്രങ്ങൾകൊണ്ട് സമ്പന്നമായിരുന്നു കേരളം. ചുവർ ചിത്രസങ്കേതങ്ങൾ മിക്കവയും ഏതാണ്ട് നാശോന്മുഖമായിക്കഴിഞ്ഞിട്ടുണ്ട്. ആർക്കിയോളോജിക്കൽ സർവ്വേ ഓഫ് ഇന്ത്യയും സംസ്ഥാന പുരാവസ്തുവകുപ്പും സംരക്ഷണയ്ക്കായി ഏറ്റെടുത്തിട്ടുള്ള സങ്കേതങ്ങൾ എണ്ണത്തിൽ കുറവാണ്. മറ്റുള്ള സങ്കേതങ്ങളിലെ ചിത്രങ്ങളിൽ പ്രധാനപ്പെട്ട പലതും ബന്ധപ്പെട്ടവരുടെ അനാസ്ഥയും അറിവില്ലായ്മയും കൊണ്ട് മുഴുവനായോ ഭാഗികമായോ അപ്രത്യക്ഷമായിക്കഴിഞ്ഞു. ഈ സാഹചര്യത്തിൽ പുതിയ തലമുറയുടെ ശ്രദ്ധയെ ഈ വിഷയത്തിലേക്ക് ക്ഷണിക്കുക എന്ന പ്രാഥമികലക്ഷ്യമാണ് ഈ പുസ്തകത്തിനുള്ളത്. ഇപ്പോൾ അവശേഷിക്കുന്ന ചുവർ ചിത്രങ്ങളെങ്കിലും സംരക്ഷിക്കപ്പെടാൻ സാഹചര്യം ഒരുങ്ങേണ്ടതുണ്ട്. ഒരിക്കൽ നഷ്ടപ്പെട്ട ഈ കലയുടെ പ്രാധാന്യം ലോകത്തിനു ബോദ്ധ്യമാക്കിക്കൊടുത്ത ചരിത്രകാരന്മാരോടും ചുവർ ചിത്രരചനയെ പുനഃസ്ഥാപിക്കാൻ ശ്രമിച്ച കലാകാരന്മാരോടും നാം കടപ്പെട്ടിരിക്കുന്നു. കേരളത്തിൽ ഇന്നവശേഷിക്കുന്ന ചുവർ ചിത്രങ്ങൾ രചിച്ച പേരറിയാവുന്നവരും അല്ലാത്തവരുമായ ജ്ഞാനികളും പ്രഗത്ഭരുമായ എല്ലാ കലാകാരന്മാർക്കുമായി ഈ പുസ്തകം സമർപ്പിക്കുന്നു.

അവതാരിക

ഡോ. എം.ജി. ശശിഭൂഷൺ

നവമാധ്യമങ്ങളുമായി നാമമാത്രബന്ധമുള്ള ഞാൻ, സുഹൃത്തുക്കളിൽ നിന്നാണ് ചുവർ ചിത്രങ്ങൾ തേടിയുള്ള സുഭാഷ് വലവൂരിന്റെ സാഹസികാന്വേഷണങ്ങളെപ്പറ്റി അറിയുന്നത്. കേരളത്തിലെ ചുവർ ചിത്രങ്ങൾ(1994) എന്ന എന്റെ പുസ്തകമാണ് ഈ ഗവേഷകന്റെ പാരമ്പര്യാലേഖനാഭിമുഖ്യത്തിനു നിമിത്തമായതെന്നറിഞ്ഞപ്പോൾ ആഹ്ലാദവും അതിലേറെ അഭിമാനവും ഉണ്ടായി. നാലു പതിറ്റാണ്ടുകൾക്കു മുൻപാണ് കേരളത്തിലെ ചുവർചിത്രങ്ങളെപ്പറ്റി പഠിക്കാൻ ഞാൻ പുറപ്പെട്ടത്. ആകെ മൂന്നു പുസ്തകങ്ങളും ഏതാനും ലേഖനങ്ങളുമായിരുന്നു ഈ രംഗത്തേയ്ക്കുവരുമ്പോൾ വഴികാട്ടിത്തരാനായി ഉണ്ടായിരുന്നത്. ചുവർ ചിത്രങ്ങളും ദാരുശില്പങ്ങളുമുള്ള ക്ഷേത്രങ്ങളുടെ പട്ടിക ലഭിക്കാനാണ് അന്നത്തെ സംസ്ഥാന പുരാവസ്തുവകുപ്പു മേധാവിയെ കാണാൻ അദ്ദേഹത്തിന്റെ ഓഫീസിലേക്കു പോയത്.

ആനുകാലിക പ്രസിദ്ധീകരണങ്ങളിൽ അക്കാലത്തു വന്ന എന്റെ ചില ലേഖനങ്ങൾ അദ്ദേഹവും ശ്രദ്ധിച്ചിരുന്നു. പുതുതായി തുടങ്ങാൻ പോകുന്ന ചുവർ ചിത്രപഠനകേന്ദ്രത്തിൽ ഡെപ്യൂട്ടേഷൻ വ്യവസ്ഥയിൽ ജോലിചെയ്യാൻ താത്പര്യം ഉണ്ടോ എന്നായി അദ്ദേഹത്തിന്റെ അന്വേഷണം. സ്ഥാപനത്തിന്റെ ആസ്ഥാനം ഏറ്റുമാനൂർ ആയിരിക്കുമെന്നറിഞ്ഞപ്പോൾ ഞാനൊന്നു മടിച്ചു. പബ്ലിക് ലൈബ്രറിയും യൂണിവേഴ്സിറ്റി ലൈബ്രറിയുമുള്ള തിരുവനന്തപുരമല്ലേ പുതിയ സ്ഥാപനത്തിന് അനുയോജ്യമെന്ന് തോന്നിയിരുന്നു. എന്തോ സാങ്കേതിക കാരണങ്ങളാലാണ് ഏറ്റുമാനൂർ എന്നു നിശ്ചയിച്ചത്. ചിത്രകലാനിരൂപകരാൽ ഏറെ പ്രകീർത്തിക്കപ്പെട്ട 'പ്രദോഷനൃത്തം' എന്ന ചുവർ ചിത്രം ഏറ്റുമാനൂരെ മഹാദേവക്ഷേത്രത്തിൽ ഉണ്ടായിരുന്നുവെന്നത് യാദൃശ്ചികം മാത്രം.

ചുവരും ചിത്രങ്ങളും

കോട്ടയത്ത് ആകെ അന്നുണ്ടായിരുന്നത് പബ്ലിക് ലൈബ്രറി മാത്രം. മഹാത്മാഗാന്ധി യൂണിവേഴ്സിറ്റി വരുന്നതൊക്കെ പിന്നീടാണ്. മുന്നൂറോളം പുസ്തകങ്ങളുള്ള ചെറിയൊരു ലൈബ്രറിയുമായി ഏറ്റുമാനൂരെ ഓഫീസ് 1981-ൽ തുടങ്ങി. സഹായികളായി രണ്ടുപേരും.

രണ്ടായിരത്തോളം ക്ഷേത്രങ്ങൾ സന്ദർശിച്ച ശേഷമാണ് ചുവർ ചിത്രങ്ങളും ദാരുശില്പങ്ങളുമുള്ള ആരാധനാലയങ്ങളുടെ ഒരു പട്ടിക തയ്യാറാക്കാൻ എനിക്കു സാധിച്ചത്. തിരുവിതാംകൂർ സർക്കാർ അപൂർണ്ണമാക്കി അവസാനിപ്പിച്ച പ്രവർത്തനങ്ങൾ പൂർത്തിയാക്കാനുള്ള നിയോഗം, കഴിയുംപോലെ ഞാൻ നിർവ്വഹിച്ചു. രണ്ടു വർഷക്കാലം എന്നോടൊപ്പം എസ്. ഓമനക്കുട്ടനും(ആർട്ടിസ്റ്റ്) ഉണ്ടായിരുന്നു.

ചുവർ ചിത്രങ്ങളോടുകൂടിയ 170 ക്ഷേത്രങ്ങളുടേയും ദാരുശില്പങ്ങളോടുകൂടിയ 300 ക്ഷേത്രങ്ങളുടേയും ഒരു പട്ടിക നൽകിയ ശേഷമാണ് ഞാൻ കോളേജിലേയ്ക്കു തിരിച്ചു പോയത്. അയ്യായിരത്തോളം കളർ ട്രാൻസ്പേരൻസികളും അവയെപ്പറ്റിയുള്ള കുറിപ്പുകളും ഡിപ്പാർട്മെന്റിനെ ഏൽപ്പിക്കാനും സാധിച്ചു. അതോടൊപ്പം തന്നെ പലപ്പോഴായി നടത്തിയ പഠനങ്ങളെ അടിസ്ഥാനപ്പെടുത്തി കേരളീയ ആലേഖനങ്ങളെപ്പറ്റി അര ഡസൻ പുസ്തകങ്ങൾ എഴുതാനും രണ്ടു ഹ്രസ്വ ചിത്രീകരണങ്ങൾ തയ്യാറാക്കാനും കഴിഞ്ഞു.

രേഖകൾക്കു പ്രാധാന്യം നൽകുന്ന കേരളീയ ചുവർ ചിത്രങ്ങൾ ശാലീനമായ വർണ്ണങ്ങൾ കൊണ്ടും ശ്രദ്ധേയമായിരുന്നു. കടും ചുവപ്പിനു പകരം കാവിച്ചുവപ്പേ കേരളത്തിലെ ചുവർ ചിത്രങ്ങളിൽ കാണൂ. പച്ചനിറം അത്യാവശ്യമുള്ളപ്പോൾ മാത്രമേ ഉപയോഗിച്ചിരുന്നുള്ളൂ. മഞ്ഞകലർന്ന ചുവപ്പും വെള്ളയും കറുപ്പുമായിരുന്നു പ്രധാന വർണ്ണങ്ങൾ. ഹരിതനീല നിറത്തിന്റെ വശ്യഭംഗിയുള്ള ചിത്രങ്ങൾ ചിലടത്തു മാത്രമേ കണ്ടിരുന്നുള്ളൂ. ശൃംഗാര-കരുണ-രൗദ്ര രസങ്ങൾ സാധാരണമായിരുന്നെങ്കിലും അത്ഭുത-ശാന്ത രസങ്ങൾക്കായിരുന്നു പ്രാധാന്യം. അദൃശ്യമായൊരു ചലനപ്രതീതിയാൽ അഭൗമമായൊരു ലോകത്തേയ്ക്കു കാഴ്ചക്കാരനെ നയിക്കാനും നമ്മുടെ ചുവർച്ചിത്രങ്ങൾക്കു കഴിഞ്ഞിരുന്നു. കുറേക്കൂടി ശൈലീവൽകൃതമായിരുന്നു നമ്മുടെ ദാരുശില്പങ്ങൾ. ശാന്തവും അത്ഭുതവുമാണ് അവിടെയും കാണാൻ കഴിഞ്ഞത്. ശൃംഗാര-കരുണ-രൗദ്ര രസങ്ങളെ എന്നാൽ വിസ്മരിച്ചിരുന്നുമില്ല.

പദ്മനാഭപുരം, കൃഷ്ണപുരം, മട്ടാഞ്ചേരി എന്നിവിടങ്ങളിലെ

കൊട്ടാരങ്ങളിലും തിരുവട്ടാർ, പാണ്ഡവം, ആർപ്പൂക്കര, ഏറ്റുമാനൂർ, കോട്ടയ്ക്കൽ, തൊടീക്കളം ക്ഷേത്രങ്ങളിലും കേരളീയ ശൈലിയിലുള്ള മികച്ച ചുവർ ചിത്രങ്ങൾ കാണാം. വരകളിൽ ലയിക്കുന്ന വർണ്ണങ്ങൾ, മൂന്നിലൊന്നു ചരിഞ്ഞുള്ള നിൽപ്പ്, നൃത്തച്ചുവടുകൾ, വസ്ത്രങ്ങളുടേയും ആടയാഭരണങ്ങളുടേയും ഉചിത വിന്യാസം, നേത്രാഭിനയത്തെ ഓർമ്മിപ്പിക്കുന്ന കണ്ണുകൾ, പശ്ചാത്തല പ്രകൃതിയുമായുള്ള ഇണക്കം തുടങ്ങിയ സവിശേഷതകളാൽ അനുഗൃഹീതമാണ് കേരളീയ ചുവർ ചിത്ര ആലേഖനങ്ങൾ. നടരാജൻ (ഏറ്റുമാനൂർ), വേണുഗോപാലൻ(പത്മനാഭപുരം, തൊടീക്കളം), യക്ഷിയും ദാസിയും, രാജരാജേശ്വരി(പത്മനാഭസ്വാമി ക്ഷേത്രം), ഗണപതിപൂജ(ആർപ്പൂക്കര, പാണ്ഡവം, തിരുവട്ടാർ), ഗജേന്ദ്രമോക്ഷം(കൃഷ്ണപുരം), മോഹിനി(കീഴൂർ), ദക്ഷിണാമൂർത്തി(പള്ളിമണ്ണ), കുംഭകർണ്ണൻ(മട്ടാഞ്ചേരി), ശാസ്താവിന്റെ വേട്ട(പുണ്ഡരീകപുരം), യേശുവും ശിഷ്യന്മാരും(കുറിഞ്ഞി പള്ളി), യേശുവിന്റെ പീഡാനുഭവങ്ങൾ (അകപ്പറമ്പ്), സ്വർഗ്ഗ-നരക ചിത്രീകരണങ്ങൾ (അങ്കമാലി) തുടങ്ങിയ ചിത്രീകരണങ്ങൾ കേരളീയ ശൈലിയുടെ മികച്ച മാതൃകകളാണ്.

ആലേഖന സങ്കേതങ്ങളിൽ സാഹസികമായി സഞ്ചരിച്ച് അവ പൊതുസമൂഹത്തെ പരിചയപ്പെടുത്തുന്ന കുറേപ്പേരെ പിന്നീടെനിക്ക് പരിചയപ്പെടാൻ സാധിച്ചു. അവരുടെ കൂട്ടത്തിൽ ഒന്നാമതായി ഞാനോർക്കുന്നത് സുഭാഷ് വലവൂരിനെയാണ്. യാത്ര തുടരാൻ സുഭാഷിന് എന്റെ ആശംസകൾ. പുതിയ തലമുറയ്ക്ക് കേരളത്തിലെ ചുവർ ചിത്ര കലാപാരമ്പര്യത്തിൽ കൗതുകം ജനിപ്പിക്കുന്നതിനും പ്രാഥമികമായ ധാരണ പകരുന്നതിനും പര്യാപ്തമാണ് സംഭാഷണരൂപത്തിൽ രചിച്ചിട്ടുള്ള ഈ പുസ്തകം.

○○

ഉള്ളടക്കം

1
ദീപടീച്ചറുടെ വീട്ടിൽ

ദീപടീച്ചറുടേയും ഹരിമാഷിന്റെയും വീട്ടിലാണ് ചുറ്റുവട്ടത്തുള്ള കുട്ടികൾ അവരുടെ അവധി ദിവസങ്ങളിൽ ഏറെസമയവും ചെലവിടുന്നത്. കുട്ടികളല്ലേ, അവർക്കു നൂറു സംശയങ്ങളാണ്. കാണുന്ന കാഴ്ചകൾ, കേൾക്കുന്ന വാക്കുകൾ, വായിച്ചു കിട്ടുന്ന പുത്തനറിവുകൾ, എല്ലാറ്റിനെക്കുറിച്ചും അവർക്കു സംശയങ്ങളുണ്ട്. അതെന്താ മാഷേ അതങ്ങനെ എന്നൊക്കെ സംശയങ്ങൾ മുന്നേറുമ്പോൾ മാഷും ടീച്ചറും അവർക്കൊപ്പം കൂടും. പരസ്പരം ചർച്ച ചെയ്ത് അവർ സംശയങ്ങൾ മാറ്റും. അന്നും ഒരവധി ദിവസമായിരുന്നു. നീതുവും പ്രണോയിയും മൃണാളും അപർണയും റോഷനും ഒക്കെ ദീപടീച്ചറുടേയും ഹരിമാഷിന്റേയും വീട്ടിൽ രാവിലെ തന്നെ കൂടിയിരിക്കുകയാണ്. അടുത്തമാസം സ്കൂളിൽ നടക്കുന്ന സാഹിത്യസമ്മേളനത്തിന്റെ കാര്യമാണ് ഇക്കുറി കുട്ടികൾക്കു മുന്നിലെ പ്രധാന വിഷയം. അവർക്ക് ഒരു കാര്യത്തിൽ ഉറപ്പുണ്ട്, മാഷും ടീച്ചറും ഒരു കാര്യമേറ്റാൽ പരിഹാരം ഉറപ്പിക്കാം. അപർണയും നീതുവും മുറ്റത്ത് ചെരുപ്പ് അഴിച്ചു വെച്ച് അകത്തേക്കു കയറി. അപ്പോഴേക്കും സൈക്കിളിൽ പാഞ്ഞുപിടിച്ച് പ്രണോയിയും തൊട്ടുപിന്നാലെ റോഷനും മൃണാളും എത്തി. കുട്ടികളുടെ കലപില സംസാരം കേട്ടുകൊണ്ടാണ് ദീപ ടീച്ചർ പുറത്തേക്കു വന്നത്.

ദീപ ടീച്ചർ: 'ആഹാ രാവിലെത്തന്നെ.. എല്ലാരുമുണ്ടല്ലോ... വാ, ഇരിക്ക്. ആട്ടെ, എന്തായി മൃണാളേ കവിത കിട്ടിയോ?'

പിന്നെ അകത്തേയ്ക്കു നോക്കി 'മോളേ സാരംഗീ, എല്ലാവരും വന്നു. അച്ഛനെക്കൂടെ വിളിച്ചോളൂ.' എന്നു വിളിച്ചുപറഞ്ഞു.

മൃണാൾ: 'കിട്ടി ടീച്ചറേ, അച്ഛൻ സംഘടിപ്പിച്ചുതന്നു.'

ചുവരും ചിത്രങ്ങളും

ദീപ ടീച്ചർ: 'അപ്പൂ, നിന്റെ പ്രസംഗം എന്തായി?' അപർണയോടാണ് ചോദ്യം.

അപർണ: 'എഴുതി ടീച്ചർ. പക്ഷേ, ഒന്നുകൂടി ശരിയാക്കാനുണ്ട്. ഹരിമാഷിനെ കാണിക്കാന്നു വിചാരിച്ചു കൊണ്ടുവന്നിട്ടുണ്ട്.'

ദീപ ടീച്ചർ: ' ശരി, ആ സ്കിറ്റിന്റെ കാര്യമോ?'

പ്രണോയ്: 'സ്കിറ്റിനു പകരം ഒരു നാടകം ആയിക്കൂടേന്ന് മോഹൻദാസ് അങ്കിൾ ചോദിച്ചു.'

ദീപ ടീച്ചർ: 'ഏതു നാടകം?'

പ്രണോയ്: 'മൂന്നു പണ്ഡിതരും പരേതനായ സിംഹവും.'

അപ്പോൾ അകത്തുനിന്നും ഹരിമാഷ് അവിടേക്കു കടന്നുവന്നു.

ഹരിമാഷ്: 'ആഹാ, ശങ്കരപ്പിള്ളസാറിന്റെ നാടകമാണല്ലോ. നന്നായി. നടക്കട്ടെ, ആരൊക്കെയാണ് അഭിനേതാക്കൾ?'

പ്രണോയ്: 'റോഷനും, ഞാനും പിന്നെ ഒരാളും കൂടി വേണം പണ്ഡിതരാകാൻ.'

ഹരിമാഷ്: ' ഉം... റിഹേഴ്സൽ നടക്കുമ്പോൾ ഞാനും വരാം.'

ഈ സമയം, 'മാഷേ, എന്റെയീ പ്രസംഗം ഒന്നു നോക്കിത്തരണേ.' എന്നുപറഞ്ഞ് അപർണ പ്രസംഗം എഴുതിയ കടലാസ്സ് ഹരിമാഷിനെ ഏൽപ്പിച്ചു.

'പ്രണോയ്, അകത്തേയ്ക്കു വാ... എല്ലാവർക്കുമുള്ള ചായ എടുക്കാം.' എന്നു പറഞ്ഞു ദീപടീച്ചർ പ്രണോയിയേയും കൂട്ടി അകത്തേയ്ക്കു കടന്നു.

പുറത്ത് മറ്റുള്ളവർ സംഭാഷണത്തിലേർപ്പെട്ടു.

ദീപടീച്ചറും പ്രണോയിയും ചായത്തട്ടും ബിസ്കറ്റുകൂടുമായി പൂമുഖത്തെത്തി എല്ലാവർക്കും ചായകൊടുത്തു.

പ്രണോയ്: 'ഹരിമാഷേ, അവിടെ അകത്തു മേശപ്പുറത്തൊരു പുസ്തകം കണ്ടല്ലോ. 'കേരളത്തിലെ ചുവർ ചിത്രങ്ങൾ' എന്നു പറഞ്ഞിട്ടൊരെണ്ണം. അതെന്തു പുസ്തകമാ?'

ഹരിമാഷ്: 'അത് കഴിഞ്ഞയാഴ്ച പുസ്തകോത്സവത്തിനു പോയപ്പോൾ വാങ്ങിയതാണ്. പണ്ട് വായിച്ചതാണ്. പുതിയ പതിപ്പിറങ്ങിയതു കണ്ടപ്പോൾ ഒന്നുകൂടി സംഘടിപ്പിച്ചു.'

പ്രണോയ്: 'അതെന്താ, അത്രയ്ക്ക് നല്ലതാണോ?'

ഹരിമാഷ്: 'കഴിഞ്ഞതവണ വായിച്ചപ്പോൾ രസംകേറി ചുവർ ചിത്രങ്ങൾ ഉള്ള സ്ഥലമെല്ലാം കാണണമെന്നു വിചാരിച്ചു പുസ്തകം സഞ്ചിയിലിട്ട് ഇറങ്ങി. കുറേ നാളെടുത്തു എല്ലായിടവും കണ്ടു വരാൻ. ഏതാണ്ടെല്ലാം കണ്ടുകഴിഞ്ഞപ്പോൾ പക്ഷേ, പുസ്തകമാകെ

മുഷിഞ്ഞു. എന്നാപ്പിന്നെ ഒരു പുതിയ കോപ്പി വാങ്ങാം എന്നു വിചാരിച്ചു.'

പ്രണോയ്: 'മാഷേ, എന്താ ഈ ചുവർചിത്രം? നടരാജന്റെ ചിത്രമായിരുന്നല്ലോ കവർ പേജിൽ?'

ഹരിമാഷ്: 'കൗതുകം തോന്നുന്നു അല്ലേ? എല്ലാവർക്കും താൽപ്പര്യമുണ്ടോ? ഉണ്ടെങ്കിൽ ഒരുകാര്യം ചെയ്യാം. സാഹിത്യസമ്മേളനം കഴിഞ്ഞ് ഒരു ദിവസം നമുക്കെല്ലാവർക്കും കൂടി ഒന്നിച്ചുകൂടാം. അപ്പോൾ എല്ലാവർക്കും ചേർത്ത് പറഞ്ഞുതരാം. ഈ തിരക്കിനിടയ്ക്കു പറഞ്ഞാൽ ശരിയാവില്ല. അതുപോരെ?'

പ്രണോയ്: 'മതി മാഷേ...'

കുട്ടികൾ എല്ലാവരും സാഹിത്യസമ്മേളനത്തിന്റെ കാര്യങ്ങൾ തീരുമാനിച്ചശേഷം പിരിഞ്ഞുപോയി. പ്രണോയ് ചോദിച്ച കാര്യത്തിൽ എല്ലാവർക്കും താത്പര്യമുണ്ടെന്ന് അവരുടെ മുഖങ്ങളിൽ നിന്നു വ്യക്തമായിരുന്നു.

2
ചുവർ ചിത്രങ്ങളോ?

തിരക്കുകൾ കഴിഞ്ഞതോടെ കുട്ടികൾ വീണ്ടും ദീപടീച്ചറിന്റെ വീട്ടിൽ ഒത്തുകൂടി.

ഹരിമാഷ്: 'ങാ.. വരൂ...വരൂ. എല്ലാരുമുണ്ടല്ലോ.'

അപർണ: 'എല്ലാവരും ഉണ്ട്. കൂട്ടത്തിൽ നീതുവിന്റെ കസിനുമുണ്ട്. കാർത്തിക്. കാർത്തിക് വടകരയാണ് താമസം. അവന്റെ അച്ഛൻ ഇവിടെയെന്തോ ഓഫീസാവശ്യമായി വന്നപ്പോൾ കൂടെക്കൂട്ടിയതാണ്.'

ഹരിമാഷ്: 'നന്നായി. വരൂ കാർത്തിക്.'

ഹരിമാഷ് കാർത്തിക്കിനെ അടുത്തേയ്ക്കു വിളിച്ചു. സ്നേഹത്തോടെ ചേർത്തു നിർത്തി. അപ്പോഴേയ്ക്കും ദീപടീച്ചറും സാരംഗിയും അകത്തുനിന്ന് പൂമുഖത്തേക്കെത്തി.

ദീപടീച്ചർ: 'നമുക്കു തുടങ്ങിയാലോ?'

എല്ലാവരും നേരത്തേ തയ്യാറാക്കിയിട്ട കസേരകളിൽ ഇരുന്നു. ഹരിമാഷ് ഒരു ചെറിയ ചാരുകസേരയിട്ട് അതിലിരുന്നു. തൊട്ടടുത്ത് ഒരു സ്റ്റൂളിൽ ചിലപുസ്തകങ്ങൾ വെച്ചു സംഭാഷണം തുടങ്ങി.

ഹരിമാഷ്: 'ദേ.. ഇതാണ് പ്രണോയ് അന്നുകണ്ട പുസ്തകം. ഇതിന്റെ പേര് 'കേരളത്തിലെ ചുവർ ചിത്രങ്ങൾ' എന്നാണ്. എഴു

തിയതാരാണെന്നു മനസ്സിലായോ? ഡോ. എം.ജി. ശശിഭൂഷൺ എന്നാണ് ഈ പുസ്തകത്തിന്റെ രചയിതാവിന്റെ പേര്. അദ്ദേഹം അദ്ധ്യാപകനും ചരിത്രകാരനും ആണ്. കേരളത്തിലെ ചുവർ ചിത്ര ങ്ങളെക്കുറിച്ചു പഠിക്കുകയും അവയെക്കുറിച്ച് എഴുതുകയും ചെയ് തിട്ടുള്ള അപൂർവം എഴുത്തുകാരിൽ ഒരാളാണ്. അദ്ദേഹം ഈ എഴു തിയത് വായിച്ച് കൗതുകം തോന്നിയതുകൊണ്ടുമാത്രമാണ് ഞാൻ അതൊക്കെക്കാണാൻ ഇറങ്ങിപ്പുറപ്പെട്ടത്. പുസ്തകങ്ങൾ ചെയ്യേ ണ്ടത് അതാണ്. വായിക്കുന്നവരിൽ കൗതുകം ഉണ്ടാക്കുക. ബാക്കി അവർ ചെയ്തോളും. പുസ്തകത്തിലെ അറിവ് സ്വന്തമാക്കുന്നതോ ടൊപ്പം അവർ പുതിയ അറിവു നേടാൻ ശ്രമിക്കുകയും ചെയ്യും. അതിരിക്കട്ടെ. ചുവർ ചിത്രം എന്നു പറഞ്ഞാൽ എന്താണെന്ന് നിങ്ങൾക്കിപ്പോൾ പറയാമോ?'

നീതു: 'ചുവരിൽ വരയ്ക്കുന്ന ചിത്രം എന്നല്ലേ അതിന്റെ അർത്ഥം?'

കാർത്തിക്: 'അമ്പലത്തിൽ വരയ്ക്കുന്ന ചിത്രം. ലോകനാർക്കാ വിൽ ഞാൻ കണ്ടിട്ടുണ്ട്.'

ഹരിമാഷ്: 'നീതുവും കാർത്തിക്കും പറഞ്ഞതുനന്നായി. ഒരു നല്ലതുടക്കമായി. കാർത്തിക് മിടുക്കനാണല്ലോ. നല്ല ശ്രദ്ധയുണ്ട ല്ലോ. അങ്ങനെ വേണം.'

കാർത്തിക്കിനെ മാഷ് അഭിനന്ദിച്ചു. കാർത്തിക്കിന് സന്തോഷ മായി. അവൻ അഭിമാനത്തോടെ പുഞ്ചിരിച്ചു. മാഷ് തുടർന്നു.

'ആദ്യം നീതു പറഞ്ഞതിൽ നിന്നു തുടങ്ങാം. ചുവരിൽ വരയ് ക്കുന്ന ചിത്രമാണ് ചുവർ ചിത്രം എന്നല്ലേ നീതു പറഞ്ഞത്?. അതെ. ചുവർ ചിത്രമെന്നാൽ ചുവരിൽ വരയ്ക്കുന്ന ചിത്രം എന്നാണ് അർ ത്ഥം. എന്നാൽ ചുവരിൽ വരയ്ക്കുന്ന എല്ലാ ചിത്രങ്ങളും ചുവർ ചിത്രങ്ങളല്ല. നമ്മളിവിടെ ചുവർ ചിത്രമെന്നു വിളിക്കുന്നത് ഒരു സവിശേഷരീതിയിൽ ചുവരിൽ വരയ്ക്കുന്ന ചിത്രങ്ങളെ മാത്രമാണ്. ചിത്രം വരയ്ക്കുന്നതിനു മാത്രമല്ല ചുവർ തയ്യാറാക്കുന്നതിനും ആ സവിശേഷതയുണ്ട്.

അതുപോലെ മോനെന്താ പറഞ്ഞത്? അമ്പലത്തിൽ വരയ്ക്കുന്ന ചിത്രം എന്നല്ലേ. അതിൽ കുറച്ചു ശരിയുണ്ടെങ്കിലും മുഴുവൻ ശരി യല്ല. കാരണം കൂടുതലും ക്ഷേത്രത്തിലാണെങ്കിലും കേരളത്തിൽ പഴയ രാജകൊട്ടാരങ്ങളിലും ജന്മിഗൃഹങ്ങളിലും ക്രിസ്ത്യൻപള്ളി കളിലുമൊക്കെ പലയിടത്തും ചുവർ ചിത്രങ്ങൾ കാണാം. എങ്കിലും ചിലരെങ്കിലും ചുവർ ചിത്രങ്ങളെ സോപാനചിത്രങ്ങൾ എന്നു വിളി

ക്കുന്നുണ്ട്. ക്ഷേത്ര ശ്രീകോവിലിന്റെ ചുറ്റുമുള്ള ഭിത്തിയിലാണ് ക്ഷേത്രങ്ങളിൽ ചുവർ ചിത്രങ്ങൾ പ്രധാനമായും കാണുന്നത്. ആനിക്കും റോഷനും മനസ്സിലായോ? ഹിന്ദുക്ഷേത്രങ്ങളിൽ ദൈവത്തിന്റെ വിഗ്രഹം വെച്ചിട്ടുള്ള നടുക്കുള്ള ചെറിയ ഭാഗത്തെയാണ് ശ്രീകോവിൽ എന്നു വിളിക്കുന്നത്. അതിൽ അകത്തേയ്ക്കു കയറുന്ന ഭാഗമാണ് സോപാനം. ഒരുദിവസം നമുക്ക് അവിടെപ്പോയി ക്ഷേത്രത്തിന്റെ ഘടന നോക്കിമനസ്സിലാക്കാം. കേട്ടോ.'

പ്രണോയ്: 'ചുവർ ചിത്രം വരയ്ക്കുന്നതും ചുവർ തയ്യാറാക്കുന്നതും പ്രത്യേകരീതിയിലാണ് എന്നു മാഷ് പറഞ്ഞത് എന്താണ്?'

ഹരിമാഷ്: 'ചുവർ ചിത്രങ്ങൾ വരയ്ക്കുന്നതിനെക്കുറിച്ചു പറയുന്ന ഗ്രന്ഥങ്ങൾ നൂറ്റാണ്ടുകൾക്കുമുൻപേ ഭാരതത്തിലുണ്ടായിരുന്നു. പിൽക്കാലത്ത് നശിക്കാതെ അവശേഷിച്ച ചുവർ ചിത്രങ്ങളെ പലരും സൂക്ഷ്മമായി പഠിച്ചിട്ടുമുണ്ട്. അതുപ്രകാരം കല്ലുകൊണ്ടോ വെട്ടുകല്ലുകൊണ്ടോ ഇഷ്ടികകൊണ്ടോ ഒക്കെയുള്ള ചുവരിൽ കുമ്മായം കൊണ്ട് പരുക്കനായി ആദ്യത്തെ പ്രതലം തയ്യാറാക്കുന്നു. പിന്നീട് അതിന്റെ മേലെ കട്ടികുറഞ്ഞ രണ്ടാമത്തെ പ്രതലം തയ്യാറാക്കുന്നു. ഇതിന്റെ മേൽ സവിശേഷമായി തയ്യാറാക്കിയ ചായക്കൂട്ടുപയോഗിച്ചു വരയ്ക്കുന്ന ചിത്രങ്ങളെയാണ് ചുവർ ചിത്രങ്ങൾ എന്നു വിളിക്കുന്നത്. മ്യൂറൽ പെയിന്റിംഗ് എന്നാണ് ഇംഗ്ളീഷിൽ പറയുന്നത്. പക്ഷേ, ഇംഗ്ളീഷിൽ മ്യൂറൽ എന്നു പറഞ്ഞാൽ ചിത്രങ്ങൾ എന്നു മാത്രമല്ല പൊതുവെ അർത്ഥമാക്കുന്നത്. ഭിത്തിയിൽ തള്ളിനിൽക്കുന്നരീതിയിൽ ചെയ്തിട്ടുള്ള ശിൽപ്പം പോലെയുള്ള ചിത്രങ്ങളെയും മ്യൂറൽ എന്നു പറയുന്നുണ്ട്. റിലീഫ് ചിത്രങ്ങൾ എന്നും അതിനെ പറയും. അത് നമ്മുടെ ഇപ്പോഴത്തെ വിഷയത്തിൽപ്പെടുന്നില്ല. പിന്നെ പാശ്ചാത്യരാജ്യങ്ങളിൽ മ്യൂറൽ പെയിന്റിംഗ് എന്നതിനു പകരം 'വോൾ പെയിന്റിംഗ്' അഥവാ ഭിത്തി ചിത്രങ്ങൾ എന്നും ഉപയോഗിച്ചു കാണുന്നുണ്ട്.'

ദീപടീച്ചർ: 'അതേയ്, ചിത്രങ്ങളെക്കുറിച്ചു കുറച്ചു പറഞ്ഞശേഷം മറ്റുകാര്യങ്ങൾ പറയുന്നതല്ലേ നല്ലത്? എന്തൊക്കെ ചിത്രങ്ങൾ എന്നൊക്കെ കേൾക്കുമ്പോൾ രസം തോന്നും.'

അപർണ: 'അതുശരിയാ. എനിക്കു പണ്ട് രാമായണം സീരിയലും മഹാഭാരതം സീരിയലും കാണാറുണ്ടായിരുന്ന അമ്മാമ്മ കഥയൊക്കെ പറഞ്ഞു തരാറുണ്ടായിരുന്നു. സീത അശോകമരച്ചോട്ടിലിരിക്കുന്നതിന്റേം ഹനുമാൻ ലങ്കയിലേക്ക് ചാടിയതിന്റേം യുദ്ധത്തിന്റേം കഥകളൊക്കെ കേൾക്കുമ്പോൾ നല്ല രസം തോന്നിയി

രുന്നു. അതൊക്കെ അമ്പലത്തിലെ ചുവർചിത്രങ്ങളിലൊണ്ടോ?'

ഹരിമാഷ്: 'അങ്ങനെയെങ്കിൽ അങ്ങനെ. അപർണ ചോദിച്ചതിനും ഉത്തരം പറയാം. ആദ്യം ടീച്ചറുകുട്ടി എല്ലാവർക്കും ഒരു ഗ്ലാസ് നാരങ്ങാവെള്ളം എടുത്താൽ ചിത്രങ്ങളെക്കുറിച്ചു പറയാനൊരു ആവേശം കിട്ടും. ഓക്കേ?'

ഹരി മാഷ് ആപ്പറഞ്ഞത് കുട്ടികളും ഏറ്റെടുത്തു. അതുകേട്ട് ടീച്ചർ ഒരു ചിരിയോടെ അടുക്കളയിലേക്കു പോയി.

3
ചുവർ ചിത്രങ്ങളുടെ ലോകം

ദീപടീച്ചർ നല്ല തണുത്ത നാരങ്ങാവെള്ളം കൊണ്ടുവന്നു. എല്ലാവർക്കും അതു കൊടുത്തശേഷം അകത്തേയ്ക്കു പോയി. പോകുമ്പോൾ വിളിച്ചുപറഞ്ഞു 'ഊണ് കാലാവുമ്പോൾ വിളിക്കാം.'

വെള്ളം കുടിച്ച് ദാഹവും ക്ഷീണവും മാറി എല്ലാവരും ഉഷാറായി. ചിത്രങ്ങളെക്കുറിച്ചു കേൾക്കാൻ തയ്യാറായിരുന്നു.

ഹരിമാഷ്: 'ഇവിടെ ക്ഷേത്രങ്ങളിലെ ചുവർചിത്രം ശ്രദ്ധിച്ച ഒരേ ഒരാളാണ് കാർത്തിക്. അതുകൊണ്ട് കാർത്തിക് അവിടെ കണ്ടതൊക്കെ ഒന്നു പറയട്ടെ.'

കാർത്തിക്: 'അയ്യോ, എനിക്ക് അത്ര ഓർമ്മയൊന്നുമില്ല. വലത്തുവെച്ചപ്പോൾ കുറേ പടങ്ങൾ കണ്ടു. അപ്പോ, ഇതെന്തായെന്നു ചോദിച്ചപ്പോൾ ആർക്കും കൃത്യമായിട്ടറിയില്ലായിരുന്നു. പക്ഷേ, തൊഴുതുകൊണ്ടുനിന്ന ഒരാൾ ചിലതൊക്കെ പറഞ്ഞുതരാമെന്നു പറഞ്ഞു. അങ്ങനെ സരസ്വതിയെ കാണിച്ചുതന്നു. പരശുരാമനെ കാണിച്ചുതന്നു. പിന്നെ ധന്വന്തരി എന്നോമറ്റോ പറഞ്ഞു. എനിക്കു മനസ്സിലായില്ല.'

ഹരിമാഷ്: 'ഇതാണോ ഓർമ്മയില്ലെന്നു പറഞ്ഞത്? ഇതുമതി. ഇവിടെനിന്നു തുടങ്ങാം. ആദ്യം നമുക്കു ക്ഷേത്രങ്ങളിലെ ചിത്രങ്ങളെക്കുറിച്ചു നോക്കാം. ക്ഷേത്രങ്ങളിൽ ഏതു ചിത്രം വരയ്ക്കണമെന്നു കൃത്യമായ നിബന്ധനകൾ ഒന്നുമുണ്ടായിരുന്നില്ല. ക്ഷേത്രത്തിലെ പ്രതിഷ്ഠ, ചിത്രകാരന്റെ ഭാവന, ചിത്രം വരപ്പിക്കുന്നവരുടെ താത്പര്യം എന്നതൊക്കെ അതിനെ സ്വാധീനിച്ചിരുന്നു.

പൊതുവെ നോക്കിയാൽ രണ്ടുമൂന്നുതരം വിഭാഗത്തിൽപ്പെട്ട ചിത്രങ്ങൾ കാണാൻ സാധിക്കും. അതിൽ കാർത്തിക്ക് നേരത്തേ പറഞ്ഞില്ലേ. അതുപോലെയുള്ള ഒറ്റചിത്രങ്ങളാണ് ഒരു കൂട്ടം.

അതായത് കാർത്തിക് പറഞ്ഞതേതാണ്? സരസ്വതി, പരശുരാമൻ, ധന്വന്തരി. ഇതൊക്കെ ആ ദൈവങ്ങളുടെ അല്ലെങ്കിൽ ദേവതമാരുടെ സാങ്കൽപ്പിക ചിത്രങ്ങളാണ്. ദേവത എന്നു പറയുമ്പോൾ സ്ത്രീ മാത്രമല്ല കേട്ടോ. പുരുഷദൈവങ്ങളും പെടും. ആ സങ്കൽപ്പത്തിനെയാണ് ദേവത എന്ന വാക്കുകൊണ്ട് പറയുന്നത്. ചിത്രകാരൻ ദേവതമാരെ കണ്ടിട്ടില്ലല്ലോ. പിന്നെയെങ്ങനെയാണ് ചിത്രം വരയ്ക്കുന്നത്? ഹിന്ദുമതത്തിൽ അതിലെ ദേവതമാരെ പ്രാർത്ഥിക്കുമ്പോൾ ശ്ലോകങ്ങൾ ചൊല്ലി സ്മരിക്കാറുണ്ട്. ആ ദേവതമാരുടെ രൂപം, അവരുടെ ഭാവം, അവരുടെ സ്വഭാവം, അവരുടെ കൈയിലെന്താണുള്ളത്, അവർ എവിടെയാണ് ഇരിക്കുന്നത്... അതൊക്കെ വർണ്ണിക്കുന്നതായിരിക്കും ശ്ലോകങ്ങൾ. അതിനെ ധ്യാനശ്ലോകം അല്ലെങ്കിൽ വന്ദനശ്ലോകം എന്നൊക്കെ വിളിക്കുന്നു. ഈ ശ്ലോകത്തിൽ പറയുന്ന രൂപം നൽകിയാണ് വരയ്ക്കുന്നത്.'

പ്രണോയ്: 'ഗണപതിയുടെ വന്ദനശ്ലോകം ഒരെണ്ണം പണ്ട് മുത്തച്ഛൻ പറഞ്ഞു തന്നിട്ടുണ്ട്. ഏകദന്തം മഹാകായം തപ്ത കാഞ്ചന സന്നിഭം ലംബോദരം വിശാലാക്ഷം വന്ദേഹം ഗണനായകം.'

ഹരിമാഷ്: 'അത് വളരെ സാധാരണയായി കേൾക്കുന്ന ലളിതമായ ഒരു ധ്യാനമാണ്. നോക്കൂ. അതിൽ ഗണപതിയുടെ രൂപത്തിന്റെ ചില പ്രത്യേകതകൾ പറയുന്നില്ലേ? ഒറ്റക്കൊമ്പ്, വിശാലമായ കണ്ണുകൾ, വലിയ ശരീരം, കുടവയറ് എന്നൊക്കെ. ഇതുപോലെ ലളിതവും അല്ലാത്തതുമായ വർണ്ണനകളിൽ നിന്നാണ് ചിത്രകാരൻ രൂപങ്ങൾ തീരുമാനിക്കുന്നത്. മാത്രവുമല്ല പുരാണകഥകളിൽ ഈ ദേവതമാരെക്കുറിച്ചു പലയിടത്തും പറയുന്നുണ്ടാവും. ആ വിവരണങ്ങളിൽ നിന്നൊക്കെ രൂപങ്ങൾ സങ്കല്പിച്ചെടുക്കും. ആകാരം മാത്രമല്ല. അതായത് രൂപം മാത്രമല്ല, അവരുടെ കൈയിൽ, അല്ലെങ്കിൽ കൈകളിൽ എന്തൊക്കെയുണ്ട്? അവർ നിൽക്കുകയാണോ ഇരിക്കുകയാണോ? ഇരിക്കുകയാണെങ്കിൽ എന്തിൻമേലാണ് ഇരിക്കുന്നത്? അവരുടെ ഒപ്പം ആരുണ്ട്? ഒപ്പം എന്തുണ്ട്? എന്നുള്ളതൊക്കെ ശ്ലോകങ്ങളിൽ കണ്ടേക്കാം. അതുകൊണ്ടാണ് രാമന്റെ കൈയിൽ എപ്പോഴും വില്ലു കാണുന്നത്, പരശുരാമന്റെ കൈയിൽ മഴു കാണുന്നത്. അങ്ങനെയെങ്കിൽ മഹാവിഷ്ണുവിന്റെ കൈയിൽ എന്തൊക്കെ കാണും? പറയാമോ?'

അപർണ: 'ശംഖ്, ചക്രം, ഗദ, താമര....'

ഹരിമാഷ്: 'അതെ. മിടുക്കി. ഏറ്റവും കൂടുതൽ കാണപ്പെടുന്ന ചിത്രമാണല്ലോ മഹാവിഷ്ണുവിന്റേത് അല്ലേ? ഗുരുവായൂരപ്പൻ കേര

ളത്തിൽ പ്രചാരമുള്ള ദൈവമായതുകൊണ്ട് ആ ചിത്രം കാണാത്തവർ ചുരുക്കമാണ്. ഇനി ഇരിക്കുകയാണോ നിൽക്കുകയാണോ എന്നൊക്കെ പറഞ്ഞില്ലേ? അതു നോക്കിയാലോ? സരസ്വതിയെ ഇരിക്കുന്നതായിട്ടാണ് പൊതുവെ കാണാറുള്ളത്. അല്ലേ? അയ്യപ്പനും ഇരിക്കുന്നതായിട്ടാണ്, അല്ലേ? വിഷ്ണു നിൽക്കുന്നതായും കിടക്കുന്നതായും കണ്ടേയ്ക്കാം. ഇനി എന്തിൻമേൽ ആണ് ഇരിക്കുന്നത് എന്നു നോക്കുകയാണെങ്കിൽ പരമശിവൻ മൃഗത്തോലിന്മേൽ ഇരിക്കുന്നതായും സരസ്വതി പൊതുവെ വെള്ളത്താമരയിൽ ഇരിക്കുന്നതായും കാണാം. മറ്റൊന്ന് കൃഷ്ണനെ കാണിക്കുമ്പോൾ പശു കൂടെ കണ്ടേയ്ക്കാം ശിവനെ വരയ്ക്കുമ്പോൾ കാളയും വാഹനമായി ഒപ്പം കണ്ടേയ്ക്കാം. ദുർഗ്ഗയാണെങ്കിൽ സിംഹം കൂടെയുണ്ടാകും. അങ്ങനെയങ്ങനെ.

ഇനി മറ്റൊരു വിഭാഗം ചിത്രങ്ങളുണ്ട്. പുരാണങ്ങളിലെ കഥാസന്ദർഭങ്ങളിലെ ദേവതമാരുടെ ഭാവം കൂടിചേർത്തുകൊണ്ടുള്ള ചിത്രങ്ങൾ. കഥാസന്ദർഭങ്ങളെ ഓർമ്മപ്പെടുത്തുന്നവയാണ് അവ. അതേക്കുറിച്ചും ധ്യാനശ്ലോകങ്ങൾ കാണും. നിർബന്ധമില്ല. ചിത്രകാരൻ വായിച്ചറിഞ്ഞ പ്രസിദ്ധമായ കഥാസന്ദർഭങ്ങളിലെ ദേവന്മാരെയും ദേവിമാരെയും മനുഷ്യരേയുമൊക്കെ വരയ്ക്കാം. ഉദാഹരണത്തിന് നമ്മൾ പഠിച്ച 'കാലനില്ലാത്തകാലം' എന്ന കവിതാഭാഗം ഓർമ്മയില്ലേ? ആരെങ്കിലും പറയൂ അതെന്താണ് സന്ദർഭം?'

സാരംഗി: 'ശിവൻ കാലനെ കൊന്നുകഴിഞ്ഞപ്പോൾ ഭൂമിയിൽ മരണമില്ലാതെയായി. ആരും മരിക്കാതായപ്പോൾ വീട്ടിൽ പ്രായമായവരുടെ എണ്ണം കൂടിക്കൂടിവന്നു. അഞ്ഞൂറുവയസുള്ള അപ്പൂപ്പൻ ഇപ്പോഴും കുഞ്ഞാണ്. കാരണം അയാളുടെ അപ്പൂപ്പൻ മരിച്ചിട്ടില്ല. കഞ്ഞികുടിക്കാൻപോലും വീട്ടിൽ വകയില്ലാതെയായി. എട്ടുപത്തുപറ അരിവെച്ചാലും തികയാതെയായി എന്നൊക്കെ ബഞ്ചമിൻ മാഷ് പഠിപ്പിച്ചുതന്നിട്ടുണ്ട്.'

ഹരിമാഷ്: 'ആരുടേതാണീ കവിത എന്നറിയാമല്ലോ? രസികനായ കുഞ്ചൻനമ്പ്യാരുടേതാണെന്നു പറയേണ്ടതില്ലല്ലോ. അതവിടെ നിൽക്കട്ടെ. കാലനെ കൊല്ലുമ്പോൾ ശിവന്റെ ഭാവം എന്തായിരിക്കും? കോപം. രൗദ്രഭാവത്തിൽ നിൽക്കുന്ന ശിവനെയല്ലേ നമുക്കു സങ്കൽപ്പിക്കാൻ കഴിയൂ? അപ്പോൾ ചിത്രകാരനും അതുതന്നെ ചെയ്യും. മുഖത്തുമാത്രമല്ല ശരീരത്തിന്റെ മൊത്തംഭാവം അങ്ങനെയാകും. എന്നാലേ കാണുന്നവർക്ക് ആശയം പിടികിട്ടൂ.'

പ്രണോയ്: 'ഇവിടുത്തെ പള്ളിയിലുള്ള ഗീവർഗീസ്പുണ്യാളന്റെ

ചിത്രവും അതുപോലൊരെണ്ണമല്ലേ?'

ഹരിമാഷ്: 'അതു തന്നെ. മിടുക്കൻ. കുതിരപ്പുറത്തുനിന്ന് കുന്തം കൊണ്ട് വ്യാളിയെ കുത്തുന്ന സെന്റ് ജോർജ്, കൊല്ലംജില്ലയിലെ കാദീശാപ്പള്ളിയിൽ ഗീവർഗീസ് പുണ്യാളന്റെ ഒരു ചിത്രമുണ്ട്.

ക്ഷേത്രങ്ങളിൽ കാണപ്പെടുന്ന കഥാസന്ദർഭചിത്രങ്ങളിൽ ഗജേന്ദ്രമോക്ഷം, മഹിഷാസുരനെ കൊല്ലുന്ന ദുർഗ്ഗ, പ്രദോഷനൃത്തം ചെയ്യുന്ന ശിവൻ, ഓടക്കുഴലൂതുന്ന കൃഷ്ണൻ, പന്തടിച്ചുകളിക്കുന്ന മോഹിനി തുടങ്ങിയവ കാണാം.

മറ്റൊരുകൂട്ടം ചിത്രങ്ങളുണ്ട്. പുരാണകഥകളിലെ ഏതെങ്കിലുമൊരു പ്രധാന കഥാസന്ദർഭത്തിലെ വിവിധഘട്ടങ്ങൾ, കാഴ്ച്ചക്കാർക്കു മനസ്സിലാകത്തക്കവിധത്തിൽ പല ചിത്രങ്ങളായി വരയ്ക്കുന്നു. അതായത് ഒരു പരമ്പര എന്നു പറയാം. അങ്ങനെ കേരളത്തിലെ ചുവർ ചിത്രങ്ങളിൽ കാണപ്പെടുന്ന ചിലതാണ് രാമായണം, കിരാതാർജ്ജുനീയം, രുക്മിണീസ്വയംവരം തുടങ്ങിയവ. രാമായണകഥ എല്ലാവർക്കും അറിയാമല്ലോ. അതുകൊണ്ടു വിശദീകരിക്കുന്നില്ല. അതിൽ ദശരഥൻ നടത്തുന്ന പുത്രകാമേഷ്ടിയാഗം, ശ്രീരാമനും സീതയും ലക്ഷ്മണനും കാട്ടിലേക്കു തിരിക്കുന്നത്, സീത അശോകവനത്തിൽ ദുഖിതയായി ഇരിക്കുന്നത്, രാമരാവണയുദ്ധം തുടങ്ങിയവയൊക്കെ ചിത്രീകരിച്ചുകാണാം. അതിൽ യുദ്ധത്തിന്റെ പല രംഗങ്ങളും കാണും.'

റോഷൻ: 'കിരാതാർജ്ജുനീയം എന്നു പറഞ്ഞത് മനസ്സിലായില്ല മാഷേ.'

ഹരിമാഷ്: 'പറയാം. ശ്രദ്ധിച്ചു കേട്ടോളൂ. മഹാഭാരതത്തിന്റെ കഥ ഏകദേശം അറിയാമല്ലോ. അതിലെ ഒരു ഉപകഥയാണിത്. അർജ്ജുനൻ ദിവ്യാസ്ത്രങ്ങൾക്കുവേണ്ടി പരമശിവനെ തപസ്സുചെയ്യാൻ കാട്ടിലേക്കു പോയി. അർജ്ജുനന് ഒരൽപ്പം അഹങ്കാരം ഉണ്ടായിരുന്നതായും അത് ഇല്ലാതെയാക്കാനായി ശിവൻ നിശ്ചയിച്ചതായും കഥയിൽ പറയുന്നു. അങ്ങനെ കാട്ടിലെത്തിയ അർജ്ജുനൻ ഒരു കാട്ടുപന്നിയെ അമ്പെയ്യുന്നു. അതേസമയം ഒരു കാട്ടാളനും അതേ പന്നിയെ അമ്പെയ്യുന്നു. ആരാണ് പന്നിയുടെ ദേഹത്ത് ആദ്യം അമ്പു കൊള്ളിച്ചതെന്നപേരിൽ തർക്കം ഉണ്ടാകുന്നു. അത് യുദ്ധമായി മാറുന്നു. അവർ രണ്ടുപേരും പലരീതിയിൽ യുദ്ധം ചെയ്യുന്നു. പക്ഷേ, വീരനാണെന്നു സ്വയം കരുതിയ അർജ്ജുനന് ജയിക്കാൻ കഴിയുന്നില്ല. പെട്ടെന്ന് അർജ്ജുനൻ മണ്ണുകൊണ്ട് ഒരു ശിവലിംഗമുണ്ടാക്കി പ്രാർത്ഥിക്കാൻ തുടങ്ങി. കാട്ടുപുഷ്പങ്ങൾ അർപ്പിച്ചു

കൊണ്ട് പൂജചെയ്തു. എന്നാൽ അർജ്ജുനൻ അത്ഭുതപ്പെട്ടുപോയി. ശിവലിംഗത്തിൽ അർപ്പിക്കുന്ന പൂവുകൾ അൽപ്പം മാറിനിൽക്കുന്ന കാട്ടാളന്റെ കാലുകളിലാണ് ചെന്നുവീഴുന്നത്. അർജ്ജുനന് മനസ്സിലായി. ഇത് വെറും കാട്ടാളനല്ല. താൻ തപസ്സുചെയ്യാൻ വിചാരിക്കുന്ന സാക്ഷാൽ ശ്രീപരമേശ്വരനാണത്. അതായത് പരമേശ്വരൻ കാട്ടാളന്റെ അഥവാ കിരാതന്റെ രൂപത്തിൽ വന്നിരിക്കുകയാണ്. ഉടനെ കിരാതന്റെ മുൻപിൽ അർജ്ജുനൻ തൊഴുതുനിന്നു. അഹങ്കാരം അടങ്ങിയ അർജ്ജുനനെ ശിവൻ അനുഗ്രഹിച്ചു. പാശുപതാസ്ത്രം എന്ന അസ്ത്രം നൽകി. ഇതാണ് കിരാതാർജ്ജുനീയം കഥയുടെ ചുരുക്കം. ഇത് കുറേ അമ്പലങ്ങളിൽ വരച്ചു കാണുന്നുണ്ട്. കഥയിൽ പറയുന്ന രണ്ടുപേരും എയ്ത അമ്പുകൾ പന്നിയുടെ ദേഹത്ത് തറച്ചിരിക്കുന്നത്, അർജ്ജുനനും കിരാതനും അസ്ത്രയുദ്ധം നടത്തുന്നത്, മുഷ്ടിയുദ്ധം നടത്തുന്നത്. വില്ലുകൾ കൊണ്ട് യുദ്ധം ചെയ്യുന്നത്, അർജ്ജുനൻ ശിവലിംഗത്തിൽ പുഷ്പങ്ങൾ അർപ്പിക്കുന്നത്, ശിവൻ കിരാതവേഷം ഉപേക്ഷിച്ചു സ്വന്തം വേഷത്തിൽ അർജ്ജുനനെ അനുഗ്രഹിക്കുന്നത്, പാശുപതാസ്ത്രം നൽകുന്നത് തുടങ്ങിയ സന്ദർഭങ്ങൾ ചിത്രീകരിച്ചു കാണാം.

ക്ഷേത്രശ്രീകോവിലിലെ ചുവർചിത്രങ്ങളിലെ പരമ്പരചിത്രങ്ങൾ സാധാരണ ഭിത്തിയിൽ നമ്മൾ കാണാറുള്ള പരമ്പരചിത്രങ്ങളെപ്പോലെ ഇടത്തുനിന്നു വലത്തോട്ടല്ല വരയ്ക്കുന്നത് തിരിച്ചാണ്. അമ്പലത്തിൽ പ്രദക്ഷിണംവയ്ക്കുക എന്നുപറഞ്ഞാൽ അറിയാമല്ലോ അല്ലേ? ഘടികാരദിശയിൽ (ക്ലോക്ക് വൈസ്) ചുറ്റുന്നതിനെയാണ് പ്രദക്ഷിണം എന്നു പറയുന്നത്. വാതിലിൽ കൂടി അമ്പലത്തിൽ കയറിയാൽ ഇടതുഭാഗത്തെ നടപ്പാതയിലൂടെ നടന്നുതുടങ്ങി വലത്തുവെച്ചു, തുടങ്ങിയിടത്തുതന്നെ തിരിച്ചെത്തുന്നതിനെയാണ് പ്രദക്ഷിണം എന്നു പറയുന്നത്. തിരിച്ചു ചെയ്യുന്നത് അമ്പലത്തിൽ അനുവദിക്കില്ല. ശിവന്റെ അമ്പലത്തിൽ ചെറിയ വ്യത്യാസമുണ്ട് കേട്ടോ. ശ്രീകോവിലിന്റെ മുൻപിൽ നിന്ന് പകുതി പ്രദക്ഷിണം ചെയ്തശേഷം ശിവലിംഗലത്തിൽ നിന്നുള്ള അഭിഷേകജലം ഒഴുകുന്ന ഓവുചാൽ വരെയെത്തി തിരികെ അപ്രദക്ഷിണമായി വന്ന് ഓവുചാലിന്റെ ഇപ്പുറം വരെയെത്തുന്ന രീതിയിലാണ് ശിവക്ഷേത്രങ്ങളിൽ പ്രദക്ഷിണം ചെയ്യുന്നത്. ഓവുചാലിനെ ശിവന്റെ ശിരസ്സിൽ നിന്നൊഴുകുന്ന ഗംഗയായി സങ്കല്പിക്കുന്നതുകൊണ്ടാണ് അങ്ങനെ ചെയ്യുന്നത്. ഗംഗയെ കാലുകൊണ്ട് മറികടക്കാൻ പാടില്ലെന്ന വിശ്വാസമാണ് അതിനു പിന്നിൽ. എന്നാലും പ്രദ

ക്ഷിണം ചെയ്യുമ്പോൾ ഓരോന്നായി കാണത്തക്കവിധത്തിൽ വലതുവശത്ത് ആദ്യത്തെ ചിത്രം തുടങ്ങുന്നു. അടുത്തചിത്രം അതിനിടത്ത്. അങ്ങിനെ ഭിത്തിയിൽ വലത്തുനിന്ന് ഇടത്തോട്ടാണ് വരയ്ക്കുന്നത്. എന്നാലേ പ്രദക്ഷിണംവയ്ക്കുമ്പോൾ തുടർച്ച കിട്ടൂ. ചിലയിടത്ത് ഒരു ചതുരഭാഗത്ത്, അതായത് ഒരു 'പാനൽ' എന്ന് ഇംഗ്ളീഷിൽ പറയുന്ന ഭാഗത്ത് ഒരു ചിത്രമാണെങ്കിൽ ചിലയിടത്ത് പാനലിനെ താഴെയും മുകളിലുമായി രണ്ടു ഭാഗങ്ങളായിക്കണ്ട് ഓരോ ചിത്രങ്ങൾ വരയ്ക്കുന്നു. മൂന്നുഭാഗങ്ങളാക്കി ചിത്രം വരച്ചിട്ടുള്ളയിടങ്ങളുമുണ്ട്.'

കാർത്തിക്: 'ക്ഷേത്രങ്ങളിലല്ലാതെ പരമ്പരചിത്രങ്ങൾ കേരളത്തിൽ ഉണ്ടോ മാഷേ?'

ഹരിമാഷ്: 'നല്ല ചോദ്യം. എറണാകുളംജില്ലയിലെ മട്ടാഞ്ചേരിയിൽ ഒരു ചെറിയ കൊട്ടാരമുണ്ട്. ഇപ്പോളതിനെ ഡച്ച് കൊട്ടാരമെന്നാണ് വിളിക്കുന്നത്. അവിടെ രാമായണചിത്രങ്ങൾ ഉണ്ട്. വലിയ മുറിയിലെ സാധാരണഭിത്തിയിലായതുകൊണ്ട് ഇടത്തുനിന്നു വലത്തേയ്ക്കാണ് വരച്ചിട്ടുള്ളത്. നമുക്ക് ഒരുദിവസം പോകാം.'

ഇത്രയുമായപ്പോഴേയ്ക്കും ഊണുമേശയിൽ എല്ലാം തയ്യാറാണെന്ന് അകത്തുനിന്നും ടീച്ചർ വിളിച്ചുപറഞ്ഞു. അതോടെ തത്ക്കാലം ചർച്ച അവസാനിപ്പിച്ച് എല്ലാവരും എഴുന്നേറ്റകത്തേയ്ക്കു പോയി.

4
ചിത്രസങ്കേതങ്ങൾ

ഊണുകഴിഞ്ഞ് എല്ലാവരും വീണ്ടും പൂമുഖത്ത് ഒത്തുകൂടി. ഹരിമാഷ് കുറച്ചു പുസ്തകങ്ങൾ എടുത്തുകൊണ്ടുവന്നു മേശപ്പുറത്തു വെച്ചു.

ഹരിമാഷ്: 'ദീപേ, ഊണു കഴിച്ച പാത്രങ്ങൾ കഴുകാൻ ഞാനും കൂടാം, ഇപ്പോൾ ഇവിടെ വന്നിരുന്നാൽ കുറച്ചു ചിത്രങ്ങൾ കാണാം. വരുമ്പോൾ എന്റെ ലാപ്ടോപ്കൂടി എടുത്തോളൂ. ചാർജ്ജറും വേണം. നേരത്തേ വരാന്തയിൽ ഇരുന്നു നോക്കിയതുകാരണം ചാർജ്ജ് പകുതിയായി എന്നുതോന്നുന്നു.'

ദീപടീച്ചർ: 'ദാ വരുന്നു. ലാപ്ടോപ് ഞാനിപ്പോൾ കൊണ്ടുവരാം.'

ദീപടീച്ചർ കൂടി പൂമുഖത്തു വന്നിരുന്നു. ലാപ്ടോപ്പും ചാർജ്ജറും മാഷിനു കൊടുത്തു.

ചുവരും ചിത്രങ്ങളും

ഹരിമാഷ്: 'ഊണ് കഴിഞ്ഞു ഞാൻ വർത്തമാനം പറഞ്ഞുകൊണ്ടിരുന്നാൽ എല്ലാവർക്കും ഉറക്കംവന്നാലോ. അതോണ്ട് കേരളത്തിലെ ചില പ്രധാന സ്ഥലങ്ങളിലെ ചുവർ ചിത്രങ്ങൾ കൈയിലുള്ള പുസ്തകത്തിലുള്ളത് കാണിച്ചുതരാം. ഇന്റർനെറ്റിൽ നിന്നു കിട്ടിയ ചിത്രങ്ങളും കാട്ടിത്തരാം. ഇനി പോകുമ്പോൾ നോക്കാനും പറ്റുമല്ലോ.

കേരളത്തിലെ പ്രധാനപ്പെട്ട ചിത്രസങ്കേതങ്ങൾ പറഞ്ഞശേഷം തുടങ്ങാം. ചിത്രസങ്കേതം എന്നു പറഞ്ഞാൽ ചിത്രങ്ങൾ കാണപ്പെടുന്ന സ്ഥലം എന്നു ധരിച്ചാൽ മതി. ഇരുന്നൂറിൽ കൂടുതൽ ചിത്രസങ്കേതങ്ങൾ കേരളത്തിൽ ഉണ്ട്. അതിൽ ഒരു ചിത്രം മാത്രമുള്ളവയും ഒരുപാടു ചിത്രങ്ങളുള്ളവയുമൊക്കെ പെടുന്നു. അതുപോലെ ക്ഷേത്രങ്ങളും കൊട്ടാരങ്ങളും വീടുകളും പള്ളിയും അതിലുൾപ്പെടുന്നു.

കണ്ണൂർ ജില്ലയിലെ തൊടീക്കളം ശിവക്ഷേത്രം, മട്ടന്നൂർ പരിയാരം സുബ്രഹ്മണ്യസ്വാമി ക്ഷേത്രം, കോഴിക്കോട് ജില്ലയിലെ തളി ക്ഷേത്രം, കീഴൂർ ശിവക്ഷേത്രം, ചോറോട് ചേന്ദമംഗലം ശിവ ക്ഷേത്രം, കളിയാംവെള്ളി ഭഗവതീ ക്ഷേത്രം, മലപ്പുറം ജില്ലയിലെ കോട്ടയ്ക്കൽ ശിവക്ഷേത്രം, തൃശൂർ ജില്ലയിലെ ചെമ്മന്തിട്ട ശിവ ക്ഷേത്രം, വടക്കുന്നാഥ ക്ഷേത്രം, തൃപ്രയാർ ശ്രീരാമക്ഷേത്രം, ത്രിചക്രപുരം വിഷ്ണുക്ഷേത്രം, എറണാകുളം ജില്ലയിലെ മട്ടാഞ്ചേരി കൊട്ടാരം, കാഞ്ഞൂർ ഫെറോനാ പള്ളി, കോട്ടയം ജില്ലയിലെ പാണ്ഡവം ശാസ്താക്ഷേത്രം, തൃക്കൊടിത്താനം വിഷ്ണുക്ഷേത്രം, പുണ്ഡരീകപുരം വിഷ്ണുക്ഷേത്രം, ചങ്ങനാശ്ശേരി വലിയപള്ളി, കോട്ടയം ചെറിയപള്ളി, വൈക്കം മഹാദേവക്ഷേത്രം, പത്തനംതിട്ട ജില്ലയിലെ പനയന്നാർക്കാവ് ക്ഷേത്രം, തിരുവല്ലാ പാലിയേക്കര പ്പള്ളി, പന്തളം അയ്യപ്പക്ഷേത്രം, ആലപ്പുഴ ജില്ലയിലെ കൃഷ്ണപുരം കൊട്ടാരം, തുറവൂർ ക്ഷേത്രം, അനന്തലക്ഷ്മീ നാരായണപുരം ക്ഷേത്രം, കൊല്ലം ജില്ലയിലെ പാവുമ്പാ ശിവക്ഷേത്രം, കാദീശാ പ്പള്ളി, തിരുവനന്തപുരത്തെ ത്രിവിക്രമംഗലം ക്ഷേത്രം, ശ്രീപദ്മനാഭസ്വാമിക്ഷേത്രം, കരുവേലപ്പുര മാളിക തുടങ്ങിയവയാണ് കേരളത്തിലെ പ്രധാനപ്പെട്ട ചുവർ ചിത്രസങ്കേതങ്ങൾ. മറ്റു ചിലയിടങ്ങളിൽ നല്ല ചിത്രങ്ങളുണ്ടായിരുന്നെങ്കിലും അവ പാടേനശിച്ചുപോയിരിക്കുന്നു. മറ്റുസങ്കേതങ്ങളിലെ ചിത്രങ്ങളിൽ അപൂർവ്വമായതുണ്ടെങ്കിൽ അതിൽ ചിലതും പറഞ്ഞുതരാം.'

പ്രണോയ്: 'കേരളത്തിൽ ഇപ്പൊക്കാണുന്ന ചിത്രങ്ങൾ എന്നു

വരച്ചതാണ്?'

ഹരിമാഷ്: 'പതിനഞ്ചാം നൂറ്റാണ്ടുമുതൽ പത്തൊമ്പതാം നൂറ്റാണ്ടുവരെ വരച്ചതാണ് ഇപ്പോൾ കാണപ്പെടുന്ന ചുവർ ചിത്രങ്ങൾ. നിങ്ങൾക്കറിയാമല്ലോ എഴുത്തച്ഛനും, പൂന്താനവും ഒക്കെ പുരാണങ്ങളെ മുൻനിർത്തി കാവ്യങ്ങൾ എഴുതിയ കാലം. സാധാരണജനങ്ങൾ പുരാണങ്ങൾ വായിക്കാനും കേൾക്കാനും തുടങ്ങിയത് ഇക്കാലത്തായിരുന്നു. പതിനഞ്ചാംനൂറ്റാണ്ടിന്റെ ഒടുക്കമാണല്ലോ യൂറോപ്യൻമാർ കേരളത്തിലെത്തുന്നത്. അതിനുശേഷം സാധാരണജനങ്ങളുടെ ജീവിതത്തിൽ പല ചലനങ്ങളും ഉണ്ടായി. കേരളത്തിൽ സാഹിത്യത്തിലും കലകളിലും മുന്നേറ്റമുണ്ടായി. കഥകളി ഉണ്ടായത് ഈ കാലഘട്ടത്തിലായിരുന്നല്ലോ. കൃഷ്ണനാട്ടവും അതുപോലെ തന്നെ. രണ്ടാം ഭക്തിപ്രസ്ഥാനമെന്നൊക്കെയാണ് ഈ കാലത്തെ ചിലപ്പോൾ വിശേഷിപ്പിച്ചു കാണാറുള്ളത്. എല്ലാ കലകളും വികസിച്ചുവന്നെങ്കിലും ചുവർ ചിത്രത്തിന് പിൽക്കാലത്ത് ഒരു ചെറിയ തടസ്സം ഉണ്ടായി. അത് രവിവർമ്മ ചിത്രങ്ങളുടെ വരവോടെയാണ് എന്ന് ചിലർ പറയുന്നു. ത്രിമാന സ്വഭാവമുള്ള ചിത്രങ്ങൾ പ്രശസ്തി നേടിയതോടെ പഴയ ശൈലിയിലുള്ള ചിത്രങ്ങൾ വിസ്മൃതിയിലായി. അതൊരു കാരണം എന്നുമാത്രം കരുതിയാൽ മതി. വേറെയും കാരണങ്ങളുണ്ട്. അന്നുണ്ടായിരുന്ന ചുവർ ചിത്രങ്ങളിൽ അവശേഷിച്ചതാണ് ഇന്നു കാണുന്നത്

ഹരിമാഷ് പുസ്തകങ്ങളിൽ ചിലതെടുത്ത് എല്ലാവർക്കും കാണത്തക്കവിധത്തിൽ വട്ടമേശയ്ക്കു മുകളിൽ വെച്ചു. എല്ലാവരും അതിനു ചുറ്റുമിരുന്നു. മാഷ് ഒരു പുസ്തകം നിവർത്തിക്കാണിച്ചു.

ഹരിമാഷ് തുടർന്നു. ദാ, ഇവിടെ നോക്കൂ, പനയന്നാർ കാവിലെ ചിത്രങ്ങളാണ്. കേരളത്തിലെ രാമായണചിത്രങ്ങളിലെ നല്ല ചില ചിത്രങ്ങൾ ഇവിടെയുണ്ട്. കാവിലെ ശിവക്ഷേത്രത്തിന്റെ ശ്രീകോവിലിൽ ആണ് രാമായണചിത്രങ്ങൾ ഉള്ളത്. അശോകവൃക്ഷച്ചുവട്ടിലിരിക്കുന്ന സീത, യുദ്ധത്തിൽ രാവണന്റെ വീഴ്ച്ച, രാവണന്റെ ഭാര്യ മണ്ഡോദരിയുടെ കരച്ചിൽ, സീതയും ശ്രീരാമനും വീണ്ടും സന്ധിക്കുന്നത്, തിരിച്ച് അയോധ്യയിലെത്തിയശേഷമുള്ള ശ്രീരാമന്റെ പട്ടാഭിഷേകം തുടങ്ങിയ ചിത്രങ്ങൾ കിഴക്കുഭാഗത്തെ ഭിത്തിയിൽ കാണാം. രാമ-രാവണ യുദ്ധത്തിന്റെ രൂക്ഷത വെളിവാക്കുന്ന ചിത്രങ്ങളാണ് ഇവിടെയുള്ളത്. ഇതുകൂടാതെ ഇതേ ശ്രീകോവിലിലും പ്രധാന ശ്രീകോവിലിലുമായി വേറെ ചിത്രങ്ങളുണ്ട്. ശിവന്റെ പ്രദോഷനൃത്തം, അർദ്ധനാരീശ്വരൻ, അഘോരശിവൻ, മഹിഷാസു

രമർദ്ദിനി, സുബ്രഹ്മണ്യൻ, ദക്ഷിണാമൂർത്തി, അന്നപൂർണ്ണേശ്വരി തുടങ്ങിയവ അതിൽപ്പെടുന്നു. എ. രാമചന്ദ്രൻ എന്ന കലാകാരൻ ഈ ചിത്രങ്ങളെക്കുറിച്ചു പഠിച്ചെഴുതിയ പുസ്തകമാണിത്. നോക്കിക്കോളൂ.'

കുട്ടികൾ പുസ്തകത്തിലെ ചിത്രങ്ങൾ നോക്കി. സംശയങ്ങൾ ചോദിക്കാൻ തുടങ്ങി. 'പട്ടാഭിഷേകത്തിൽ അപ്പുറത്തും ഇപ്പുറത്തും നിൽക്കുന്നതാരൊക്കെയാണ്? രാവണൻ മരിക്കുമ്പോൾ കരയുന്ന മറ്റേയാൾ ആരാണ്? ഇതെന്താ പാമ്പിനെ കടിച്ചുപിടിച്ചിരിക്കുന്നത്? എന്നിങ്ങനെ അവരുടെ സംശയങ്ങൾ നീണ്ടു. അതോടെ ഹരിമാഷ് ഇടപെട്ടു.

ഹരിമാഷ്: 'ചില ചിത്രങ്ങൾ ഏതാണെന്നു തിരിച്ചറിയുന്നതിനുള്ള രീതി പിന്നീട് പറഞ്ഞുതരാം. ഞാൻ കുറച്ചു പാടുപെട്ടതാണേ. എല്ലാവരും അത്യാവശ്യം നോക്കിക്കഴിഞ്ഞെങ്കിൽ ശശിഭൂഷൺ സാർ പറയുന്ന പ്രധാനസ്ഥലങ്ങളെക്കുറിച്ചു നോക്കാം. വാസുദേവപുരം ശ്രീകൃഷ്ണക്ഷേത്രം, വൈക്കം ശിവക്ഷേത്രം, തൃക്കൊടിത്താനം മഹാവിഷ്ണുക്ഷേത്രം, പാണ്ഡവം ശാസ്താക്ഷേത്രം, ഏറ്റുമാനൂർ മഹാദേവക്ഷേത്രം, പുണ്ഡരീകപുരം ക്ഷേത്രം, ത്രിചക്രപുരം ക്ഷേത്രം, മട്ടാഞ്ചേരി കൊട്ടാരം, വടക്കുന്നാഥ ക്ഷേത്രം, കോട്ടയ്ക്കൽ, തൊടീക്കളം എന്നിവയാണ് അദ്ദേഹം പ്രധാന്യത്തോടെ വിവരിക്കുന്ന ചിത്രസങ്കേതങ്ങൾ. പുസ്തകത്തിൽ നൽകിയിട്ടുള്ള ചില ചിത്രങ്ങൾ സൂചിപ്പിക്കാം. പുണ്ഡരീകപുരത്തെ വേട്ടശാസ്താവ്, ദുർഗ്ഗ, കോട്ടയ്ക്കൽ ക്ഷേത്രത്തിലെ രാമ-സുഗ്രീവ സഖ്യം, ഗണപതി എന്നിവ. തൊടീക്കളത്തെ രുക്മിണീ-കൃഷ്ണ വിവാഹവും, മട്ടാഞ്ചേരിക്കൊട്ടാരത്തിലെ കുംഭകർണ്ണനെ ഉണർത്തുന്ന രംഗവും ഗോവർദ്ധനം ഉയർത്തുന്ന കൃഷ്ണനും പുസ്തകത്തിലുണ്ട്. എന്തായാലും ഇന്ന് എല്ലാംകൂടി പറഞ്ഞുതീരില്ല. ഒന്നിച്ചെല്ലാം പറഞ്ഞാൽ ഓർമ്മയും കിട്ടില്ല. അതുകൊണ്ട് നമുക്കു വിശദമായി പിന്നേം കൂടാം. ഒരു കാര്യം ചെയ്താലോ അടുത്ത അവധി ദിവസങ്ങളിൽ നമുക്ക് അടുത്തുള്ള, ചുവർ ചിത്രമുള്ള ഏതെങ്കിലും അമ്പലത്തിൽ പോയാലോ? ഒരിടത്തു കണ്ടുകഴിയുമ്പോൾ ഉത്സാഹം കൂടിക്കോളും. എന്താ?'

ദീപ ടീച്ചർ: അതു നല്ല കാര്യമാണ്.

ഹരിമാഷ്: ' നമുക്കൊരുകാര്യം ചെയ്യാം ആദ്യം മട്ടാഞ്ചേരി കൊട്ടാരത്തിൽ പോകാം. അമ്പലങ്ങളിലുള്ളത് പിന്നീടാകാം. പിന്നെ ഒന്നുണ്ട്, പല ചിത്രകലാനിരൂപകരും ചിത്രങ്ങൾ നേരിട്ടുകണ്ടിട്ടല്ല

കേട്ടോ അതേക്കുറിച്ച് എഴുതാറുള്ളത്. ചിത്രങ്ങളുടെ പ്രൊഫഷണലായി എടുത്ത ഫോട്ടോകൾ നോക്കിയാണ് അവരൊക്കെ അഭിപ്രായം പറയുന്നത്. അതുകൊണ്ട് നിങ്ങൾക്ക് മറ്റിടങ്ങളിലെ പ്രധാനചിത്രങ്ങളുടെ ഫോട്ടോകൾ കിട്ടുമെങ്കിൽ സംഘടിപ്പിക്കാം. ലൈബ്രറിയിൽ നിന്ന് കിട്ടുന്ന പുസ്തകങ്ങളും എടുക്കാം. അതു പോരേ? കൂടാതെ പള്ളികളിലെ ചിത്രങ്ങളും നമുക്ക് കാണാൻ പോകുകയും ചെയ്യാം.'

അപർണ: 'ഒരു കാര്യം പറഞ്ഞോട്ടെ? കാർത്തിക്കിന് വടകര നിന്നും എപ്പോഴും വരാൻ പറ്റില്ലല്ലോ. അതുകൊണ്ട് അവനെ അവിടെയെവിടെയെങ്കിലും ചിത്രമുള്ളിടത്ത് കൊണ്ടുപോകാൻ അങ്കിളിനോട് പറയാമോ? അല്ലെങ്കിൽ കഷ്ടമല്ലേ?'

ഹരിമാഷ്: 'നന്നായി നീതു അതുപറഞ്ഞത്. തീർച്ചയായും നമുക്കതു ചെയ്യാം. വടകരയിൽ തന്നെ മൂന്നോ നാലോ സ്ഥലങ്ങളുണ്ട്. അവിടെ കൊണ്ടുപോകാൻ പറയാം. ഏതൊക്കെ ചിത്രങ്ങളാണ് പ്രധാനപ്പെട്ടത് എന്നൊക്കെ അച്ഛനോട് പറഞ്ഞേൽപ്പിക്കാം. പിന്നീടെപ്പോഴെങ്കിലും വരുമ്പോൾ മട്ടാഞ്ചേരിയിലും ഇവിടെ കോട്ടയത്തുള്ള ക്ഷേത്രങ്ങളിലും പോകാം. എന്താ കാർത്തിക്, അതു പോരെ?'

കാർത്തിക്: 'അതുമതി. ഞാൻ അച്ഛനോടൊപ്പം പോയി അവിടെയുള്ളവ കാണാം.' കുറച്ചു നേരം കൂടി സംസാരിച്ചിരുന്ന ശേഷം കുട്ടികൾ വീടുകളിലേക്കു മടങ്ങി.

5
മട്ടാഞ്ചേരി ഡച്ച് കൊട്ടാരത്തിൽ

മട്ടാഞ്ചേരിയിലേക്കു പോകാനായി കുട്ടികൾ രാവിലെത്തന്നെ ദീപ ടീച്ചറുടെ വീട്ടിൽ ഒത്തുകൂടി. എല്ലാവരുംകൂടി രാവിലെ ഏഴുമണിയായപ്പോൾത്തന്നെ സ്കൂൾ വാനിൽ യാത്ര പുറപ്പെട്ടു. രാവിലത്തെ ആഹാരം തയ്യാറാക്കിയത് കൈയിലെടുത്തു. എല്ലാവരും ഓരോ ചെറിയ നോട്ടുബുക്കും പേനയും കരുതിയിരുന്നു. യാത്രയ്ക്കിടയിൽ മട്ടാഞ്ചേരി കൊട്ടാരത്തെക്കുറിച്ചു മാഷ് കുട്ടികൾക്ക് അത്യാവശ്യം വിവരങ്ങൾ പറഞ്ഞു കൊടുത്തു.

ഹരിമാഷ്: 'പതിനാറാം നൂറ്റാണ്ടിൽ പറങ്കികൾ നിർമ്മിച്ച് കൊച്ചീ രാജാവിനു നൽകിയതാണ് ഈ കൊട്ടാരം. പറങ്കികൾ എന്നു നാട്ടു ഭാഷയിൽ പറഞ്ഞാൽ പോർച്ചുഗീസുകാർ എന്നർത്ഥം. ആട്ടെ,

ചുവരും ചിത്രങ്ങളും

ഡച്ചുകാരെ എന്തായിരുന്നു നാട്ടുഭാഷയിൽ വിളിച്ചിരുന്നത്? ആർക്കെങ്കിലും പറയാമോ?'

പ്രണോയ്: 'ലന്തക്കാർ.'

ഹരിമാഷ്: 'സബാഷ്. അതുതന്നെ. എവിടുന്നു കിട്ടീ ഈ വാക്ക്?'

പ്രണോയ്: 'ലൈബ്രറിയിൽ നിന്ന് അച്ഛൻ എടുത്തുകൊണ്ടുവന്ന ഒരു നോവൽ 'ലന്തൻ ബത്തേരിയിലെ ലുത്തിനിയകൾ' കണ്ടപ്പോൾ അർത്ഥം മനസ്സിലായില്ല. ചോദിച്ചപ്പോൾ അച്ഛൻ പറഞ്ഞുതന്നതാണ് ലന്തൻ എന്നുപറഞ്ഞാൽ ഡച്ച് എന്നാണ് എന്ന്.'

ഹരിമാഷ്: 'നന്നായി. ഇങ്ങനെയാണ് നമ്മൾ പുതിയ വാക്കുകളും പ്രയോഗങ്ങളുമൊക്കെ പഠിക്കുന്നത്. ആ പുസ്തകം എഴുതിയത് പ്രസിദ്ധനായ എൻ.എസ്. മാധവൻ എന്ന എഴുത്തുകാരനാണ്. ആട്ടെ, നമുക്കു മട്ടാഞ്ചേരിയുടെ കാര്യം പറയാം. പിന്നീട് പറങ്കികളെ തോൽപ്പിച്ച് ഡച്ചുകാർ കൊച്ചിയിൽ മേധാവിത്വം നേടി. അവർ ഈ കൊട്ടാരം പുതുക്കിപ്പണിഞ്ഞു. അതിനുശേഷം ഡച്ചുകൊട്ടാരം എന്നാണ് ഇതിനെ വിളിച്ചുപോന്നത്. കൊച്ചീരാജാക്കന്മാരുടെ പല ചടങ്ങുകളും ഈ കൊട്ടാരത്തിൽ വെച്ചായിരുന്നു നടന്നിരുന്നത്. കോവിലകംവക ഒരു ക്ഷേത്രവും കൊട്ടാരക്കെട്ടിനകത്തുണ്ട്. വാസ്തവത്തിൽ കൊട്ടാരം എന്നു കേൾക്കുമ്പോൾ സിനിമയിലും മറ്റും കണ്ടിട്ടുള്ള കൊട്ടാരമൊന്നും പ്രതീക്ഷിക്കരുത്. ഒരു വലിയ കെട്ടിടം എന്നു കരുതിയാൽ മതി. കിഴക്കുവശത്തെ പടിക്കെട്ടിലൂടെയാണ് നമ്മൾ അകത്തുകയറുന്നത്. ആദ്യം നമുക്കു തെക്കുപടിഞ്ഞാറേ മൂലയിലുള്ള വലിയ മുറിയിലേക്കു പോകാം. പ്രധാന ചുവർ ചിത്രങ്ങൾ അവിടെയാണ്. അതായത് രാമായണചിത്രങ്ങൾ. മറ്റു പല കാഴ്ചകളും കൊട്ടാരത്തിലുണ്ട്. അതൊക്കെ ചുവർ ചിത്രം കണ്ടശേഷം നോക്കാം.'

ഒൻപതു മണി കഴിഞ്ഞപ്പോൾ അവർ മട്ടാഞ്ചേരിയിലെത്തി. വണ്ടി പാർക്ക് ചെയ്ത് ആഹാരം കഴിച്ച് എല്ലാവരും ഒന്ന് ഉഷാറായതോടെ കുട്ടികൾക്കുവേണ്ട പ്രാഥമിക നിർദ്ദേശങ്ങൾ ഹരിമാഷ് നൽകി. മട്ടാഞ്ചേരി കൊട്ടാരം തുറന്നപ്പോൾ ദീപടീച്ചർ എല്ലാവർക്കുമുള്ള ടിക്കറ്റെടുത്തു. അവർ അകത്തുകയറി. തെക്കുപടിഞ്ഞാറേ മുറിയിലേക്കാണ് ആദ്യം എത്തിയത്.

ഹരിമാഷ്: 'എല്ലാവരും ശ്രദ്ധിക്കുക. രാജാക്കന്മാർ ഉറങ്ങിയിരുന്ന മുറിയാണ് ഇത്. 'പള്ളിയറ' എന്നാണ് രാജാക്കന്മാർ ഉറങ്ങുന്ന മുറിയെ വിശേഷിപ്പിച്ചിരുന്നത്. ഏതാണ്ട് അറുപതോളം രാമായണചിത്രങ്ങളാണ് ഇവിടെയുള്ളത്. ശ്രീരാമന്റെ പിതാവ് ദശരഥൻ

നടത്തുന്ന പുത്രകാമേഷ്ടിയാഗം മുതൽ ശ്രീരാമനും സീതയും അയോദ്ധ്യയിൽ തിരിച്ചെത്തുന്നതുവരെയുള്ള കഥാസന്ദർഭങ്ങളാണ് ചിത്രീകരിച്ചിട്ടുള്ളത്. ചിത്രങ്ങൾ ചേർത്തുചേർത്താണ് വരച്ചിട്ടുള്ളത്. അതായത് ഓരോചിത്രവും പ്രത്യേകം ചതുരക്കള്ളികളിൽ അല്ല വരച്ചിട്ടുള്ളത്. ചിത്രങ്ങളെ തമ്മിൽ വേർതിരിക്കാൻ കേരളത്തിലെ ചിത്രകാരന്മാർ ഉപയോഗിച്ചിരുന്നത് മുത്തുമാലകൾ പോലെയുള്ള കട്ടിയുള്ള വരകളാണ്. അതിനാൽ ഓരോ ചിത്രത്തെയും എടുത്തുകാണാം. കൊട്ടാരം സംരക്ഷിക്കുന്നത് ആർക്കിയോളജിക്കൽ സർവ്വേ ഓഫ് ഇന്ത്യ എന്ന സർക്കാർ സ്ഥാപനമാണ്. അവർ ഈ ചിത്രങ്ങളുടെ പട്ടിക തയ്യാറാക്കിയിട്ടുണ്ട്. ഓരോ ചിത്രത്തിന്റെയും വിവരം ചുവട്ടിൽ എഴുതിവെച്ചിട്ടുണ്ട്. അതുനോക്കി ചിത്രങ്ങളെ മനസ്സിലാക്കുക. സംശയമുണ്ടെങ്കിൽ ശബ്ദം ഉയർത്താതെ ചോദിക്കുക. ടൂറിസ്റ്റുകൾ പലരും വരുന്നുണ്ടാവും. ചിത്രങ്ങളിൽ ആരും തൊടരുത്.'

കുട്ടികൾ ചിത്രങ്ങൾ നോക്കിത്തുടങ്ങി. ചിത്രങ്ങളെ തിരിച്ചറിയുമ്പോഴുള്ള സന്തോഷപ്രകടനം കാണുന്നത് കൗതുകകരമായിരുന്നു. ദീപടീച്ചർ ഓരോ കഥാസന്ദർഭത്തിന്റെയും വിശദീകരണം കൊടുക്കുന്നുണ്ടായിരുന്നു. പ്രധാനചിത്രങ്ങളുടെ പട്ടിക ഒരാൾ എഴുതിയെടുത്തു. അതുപ്രകാരം അവർ ശ്രദ്ധിച്ച ചിത്രങ്ങൾ ഇതൊക്കെയായിരുന്നു:

- പുത്രകാമേഷ്ടി യാഗം നടത്താനായി തന്റെ മന്ത്രിക്കു നിർദ്ദേശങ്ങൾ നൽകുന്ന ദശരഥൻ
- യാഗാഗ്നികുണ്ഡത്തിൽ നിന്ന് ഉയർന്നുവരുന്ന അഗ്നിഭഗവാൻ
- കൗസല്യ, കൈകേയി, സുമിത്ര എന്നീ ഭാര്യമാർക്കൊപ്പം നിൽക്കുന്ന ദശരഥൻ
- യാഗരക്ഷയ്ക്കു വിശ്വാമിത്രനോടൊപ്പം കുമാരന്മാരെ അയക്കുന്ന ദശരഥൻ
- ശൈവചാപം ഭേദിച്ച് ജാനകിയെ വിവാഹം ചെയ്യുന്ന രാമൻ
- ശ്രീരാമനും പരശുരാമനും തമ്മിലെ യുദ്ധം
- ഗുഹന്റെ തോണിയിൽ നദി കടക്കുന്ന രാമനും സീതയും ലക്ഷ്മണനും
- ശൂർപ്പണഖയുടെ പ്രേമാഭ്യർത്ഥന
- രാമ-സുഗ്രീവ സന്ധി

ചുവരും ചിത്രങ്ങളും

- ഹനുമാന്റെ ലങ്കാ തരണം
- സേതുബന്ധനം
- രാമ-രാവണ യുദ്ധം
- സീതയുടെ അഗ്നിശുദ്ധി
- അയോദ്ധ്യയിലെത്തുന്ന ശ്രീരാമനും സീതയും

പിന്നെയും ചിത്രങ്ങളുണ്ടായിരുന്നെങ്കിലും കൂടുതൽ ശ്രദ്ധിച്ചവ ഇതൊക്കെയായിരുന്നു. അവിടെയുണ്ടായിരുന്ന എല്ലാ ചിത്രങ്ങളുടെയും പേര് കൗതുകത്തിന് അവരിൽച്ചിലർ എഴുതിയെടുത്തിരുന്നു.

ചുവർ ചിത്രങ്ങൾ ഒഴികെയുള്ള പ്രദർശനവസ്തുക്കളും മറ്റും പിന്നീടൊരിക്കൽ കാണാൻ വരാമെന്നു നിശ്ചയിച്ചു കുറച്ചു ചിത്രങ്ങളുള്ള കിഴക്കേ ഭാഗത്തേയ്ക്ക് എത്തി. കിഴക്കുവശത്തെ മുറിയിൽ കുറച്ചുനേരം മാത്രമേ ചിലവഴിച്ചുള്ളൂ. വിഷ്ണു, ശിവകുടുംബം, അർദ്ധനാരീശ്വരൻ, കിരാതമൂർത്തി എന്നിവയൊക്കെ അവിടെ കാണാം. ശ്രീരാമപട്ടാഭിഷേകം അവിടെ വരച്ചിട്ടുണ്ട്. പടിഞ്ഞാറേ മുറിയിലും കിഴക്കേമുറിയിലും രണ്ടുകാലത്ത് രണ്ടു ചിത്രകാരന്മാർ വരച്ചതാണെന്ന് മനസ്സിലാകും. കൊട്ടാരത്തിന്റെ താഴത്തെ നിലയിലെ ചിത്രങ്ങൾ കാണാൻ അനുവദിച്ചിരുന്നില്ല.

6
നിരീക്ഷണം

കുട്ടികൾക്ക് കുറെ സംശയങ്ങളുണ്ടായിരുന്നു. മാഷ് അറിയാവുന്നത് ഇടയ്ക്ക് പറഞ്ഞുകൊടുത്തു. ഉദാഹരണത്തിന് ആദ്യത്തെ ചിത്രത്തിൽ തന്നെ മാനിന്റെ തലയുള്ള മുനിയെ കണ്ടപ്പോൾ എല്ലാവർക്കും സംശയമായി. അത് ഋഷ്യശൃംഗനാണെന്ന് പറഞ്ഞുകൊടുത്തു. അദ്ദേഹമാണ് യാഗകർമ്മങ്ങൾ ചെയ്യുന്നത്. അപ്പോഴാണ് താൻ കണ്ട വൈശാലി എന്ന സിനിമയെക്കുറിച്ച് അപർണ പറഞ്ഞത്. അതിലെ ഋഷ്യശൃംഗൻ തന്നെയാണ് ഇതെന്ന് മാഷ് പറഞ്ഞു. ലോമപാദൻ ഋഷ്യശൃംഗന് വിവാഹം ചെയ്തുകൊടുക്കുന്ന ശാന്ത വാസ്തവത്തിൽ ദശരഥന്റെ പുത്രിയാണ്. ലോമപാദൻ വളർത്തച്ഛനാണ് ബുദ്ധമതത്തിലും ഋഷ്യശൃംഗനെക്കുറിച്ചുള്ള കഥയുണ്ട്. ജനനത്തെക്കുറിച്ചുള്ള ഐതിഹ്യത്തിൽ നിന്നാണ് ഋഷ്യശൃംഗന് ചിത്രകാരന്മാർ മാനിന്റെ തല നൽകിയത്. ബുദ്ധന്റെ വിവിധ ജന്മങ്ങളുടെ കഥപറയുന്ന ജാതക കഥകളിൽ ഒരു മാനിനു ജനിക്കുന്ന ഋഷ്യശൃംഗനെക്കുറിച്ചു പറയുന്നുണ്ട്. എന്നാൽ അതിൽ ഒറ്റക്കൊമ്പേ

അയാൾക്കുണ്ടായിരുന്നുള്ളൂ. അതുകൊണ്ട് ഏകശൃംഗൻ എന്നാണ് അപരനാമം. മഹായാന ബുദ്ധമതത്തിൽ പ്രചാരം നേടിയ കഥയായതുകൊണ്ട് ഋശ്യശൃംഗനെ ഉത്തരേന്ത്യയിലെ മിനിയേച്ചർ ചിത്രങ്ങളിലും ബുദ്ധമതക്കാരുടെ ഇടയിൽ പ്രചാരത്തിലുണ്ടായിരുന്ന 'തങ്ക' ചിത്രങ്ങളിലും വരയ്ക്കാറുണ്ടായിരുന്നു. നമ്മുടെ ചുവർചിത്രങ്ങൾ പോലെ തന്നെയാണ് 'തങ്ക' ചിത്രങ്ങളും. ചുമരിലല്ലാതെ കാൻവാസിലും അവർ ചിത്രം വരച്ചിരുന്നു. മിനിയേച്ചർ ചിത്രങ്ങളെക്കുറിച്ചൊക്കെ ഇനിയൊരിക്കൽ പഠിക്കാം എന്നു പറഞ്ഞു മാഷ് ആ സംഭാഷണം നിർത്തി.

പിന്നെ മൃണാൾ ഒരു ചോദ്യം ചോദിച്ചു. 'കുംഭകർണ്ണനെ ഉണർത്തുന്ന ആനക്കെന്താണ് വെളുത്തനിറം? ഐരാവതമാണോ?' മാഷ് പറഞ്ഞു, 'നല്ല ചോദ്യം. ഇതാണ് നിരീക്ഷണം എന്നു പറയുന്നത്. നന്നായി. ചുവർചിത്രവുമായി ബന്ധപ്പെട്ട് ഞാനിതുവരെ പറയാത്ത ഒരു കാര്യമുണ്ട്. ഒന്നല്ല പലതുണ്ട്. എങ്കിലും ഒരെണ്ണം നിറങ്ങളെക്കുറിച്ചാണ്. ഈ ചിത്രങ്ങൾക്ക് എന്തൊക്കെ നിറങ്ങളാണ് ഉപയോഗിക്കുന്നത്. അത് വിശദമായി മറ്റൊരുദിവസം പറഞ്ഞുതരാം. ഇന്നു സമയം തികയില്ല. എങ്കിലും ഒരുകാര്യമുണ്ട്, മൂന്നാലുമാസം മുൻപ് കലാമണ്ഡലത്തിൽ നിന്ന് കേശവനാശാൻ സ്കൂളിൽ വന്നതോർമ്മയില്ലേ. അദ്ദേഹം പറഞ്ഞില്ലേ കഥകളിയിൽ ഓരോ വേഷത്തിനും അവരുടെ സ്വഭാവം സൂചിപ്പിക്കുന്ന നിറം കൊടുക്കുമെന്ന്? പച്ച, ചുവന്നതാടി, കത്തി എന്നൊക്കെ വേഷങ്ങളെക്കുറിച്ചു പറഞ്ഞപ്പോൾ പറഞ്ഞില്ലേ? അതുപോലെ ചുവർ ചിത്രത്തിനും വർണ്ണപദ്ധതിയുണ്ട്. കാവിച്ചുവപ്പ്, വെള്ള, മഞ്ഞ, സ്വർണ്ണനിറം, നീല, പച്ച, കറുപ്പ് തുടങ്ങിയ നിറങ്ങളാണ് ഉപയോഗിച്ചിട്ടുള്ളത്. വെള്ളനിറം എന്നത് ചായമൊന്നും തേയ്ക്കാതെ ഒഴിച്ചിട്ട ഭിത്തിയുടെ വെളുത്തഭാഗമാണ്. ഒരു സമ്പ്രദായത്തിൽ കറുപ്പുവേണ്ടിടത്ത് വെളുപ്പ് നൽകാറുണ്ട്. അതാണ് ആനയ്ക്ക് വെളുപ്പുനിറം നൽകിയിട്ടുള്ളത്. അല്ലാതെ പുരാണത്തിൽ പറയുന്ന ഇന്ദ്രന്റെ ആനയായ ഐരാവതമല്ല.'

സാരംഗിയുടെ സംശയം മറ്റൊന്നായിരുന്നു. 'അച്ഛാ, എന്തിനാ അച്ഛാ ഇങ്ങനെ ചേർത്തുചേർത്തു നിറച്ചു വരച്ചിരിക്കുന്നത്?'

മാഷ് പറഞ്ഞു, 'ഒരു ചിത്രത്തിൽ എല്ലാം നിറച്ചു വരച്ചിരിക്കുന്നതാണോ അതോ പൊതുവെ ഭിത്തിയിൽ എല്ലാം ചേർത്തുചേർത്തു വരച്ചിരിക്കുന്നതാണോ മോള് ചോദിച്ചത്?

സാരംഗി ഉത്തരം പറഞ്ഞു, 'രണ്ടും'.

ചുവരും ചിത്രങ്ങളും

മാഷ് തുടർന്നു, 'രണ്ടും രണ്ടായിട്ടെടുക്കാം. ആദ്യത്തേതിന്റെ ഉത്തരം പറയാം. ഒരു ചിത്രത്തിൽ ഇടയ്ക്കൊന്നും സ്ഥലം വിടാതെ എല്ലാം ചേർത്തുചേർത്തു വരച്ചിരിക്കുന്നത് കേരളീയ ചുവർചിത്രത്തിന്റെ ശൈലിയാണ്. നിറയെ വരകൾ കൊണ്ട് സൃഷ്ടിച്ച് ഇടയ്ക്കൊന്നും തുറന്നയിടം കൊടുക്കാതെ അലങ്കാരങ്ങൾ കൊണ്ട് നിറയ്ക്കുന്നത് അതിന്റെ രീതിയാണ്. രണ്ടാമത്തേത്. മോളുടെ സംശയം ശരിയാണ്. സ്ഥലപരിമിതി കൊണ്ടാകാം. ഉള്ള സ്ഥലത്തു പരമാവധി ചിത്രങ്ങൾ ഉൾക്കൊള്ളിക്കാൻ ശ്രമിച്ചതായിരിക്കും. ശശിഭൂഷൺ സാറും അതേ അഭിപ്രായം തന്റെ പുസ്തകത്തിൽ പറഞ്ഞിട്ടുണ്ട്.'

'മാഷ് പറഞ്ഞ പട്ടാഭിഷേകം കാണുന്നില്ലല്ലോ?' ചോദ്യം അപർണയുടേതാണ്. 'ശരിയാണ്, ആ ചിത്രം ഇവിടെ കാണുന്നില്ല. കാണേണ്ടതാണ്. കാരണം അറിയില്ല. പടിഞ്ഞാറേഭിത്തിയിൽ സ്ഥലം തികയാത്തതുകൊണ്ടാകാം എന്ന് വിചാരിക്കാം. അത്രേയുള്ളൂ.

റോഷന്റെ ചോദ്യം വ്യത്യസ്തമായിരുന്നു. 'സാധാരണ കലണ്ടറിൽ കാണുന്ന ദൈവങ്ങളുടെ ചിത്രം പോലെയല്ലല്ലോ ഇതൊന്നും. കലണ്ടറിൽ കാണുന്നത് ഫോട്ടോയെടുത്ത പോലെയല്ലേ?'

ഹരിമാഷ് പറഞ്ഞു, 'കൃത്യമായ ചോദ്യമാണ്. കഴിഞ്ഞയാഴ്ച്ച പുസ്തകത്തിൽ കണ്ടപ്പോഴും അത്ര ശ്രദ്ധിച്ചില്ല അല്ലേ. കേരളീയ ചുവർചിത്രങ്ങളുടെ സവിശേഷത ഇതാണ്. ദ്വിമാന ചിത്രങ്ങളാണ്. വരകൾ കൊണ്ടാണ് ചിത്രത്തെ സജീവമാക്കുന്നത്. പിൽക്കാലത്ത് യൂറോപ്യൻ രീതിയിൽ എണ്ണച്ചായം കൊണ്ട് വരയ്ക്കുന്ന രീതി കേരളത്തിലും പ്രചാരത്തിലായി. പ്രശസ്തനായ രാജാരവിവർമ്മ എണ്ണച്ചായത്തിലാണ് ചിത്രങ്ങൾ വരച്ചിരുന്നത്. അതിൽ ത്രിമാന പ്രതീതി തോന്നുന്ന രീതിയിലാണ് വരയ്ക്കുന്നത്. റോഷൻ പറഞ്ഞില്ലേ, ഫോട്ടോയെടുത്തതുപോലെ എന്ന്? അതുതന്നെ. യൂറോപ്പിലെ പള്ളികളുടെ ചുവരിൽ പണ്ടുകാലം മുതൽക്കേ ചിത്രങ്ങൾ വരച്ചിരുന്നു. വത്തിക്കാനിലെ സിസ്റ്റൈൻ ചാപ്പലിൽ ചിത്രം വരച്ച മൈക്കേൽ ഏഞ്ചലോയെക്കുറിച്ചു പഠിച്ചതല്ലേ. അതിനെ ഫ്രസ്കോ എന്നാണ് വിളിച്ചിരുന്നത്. അത് എണ്ണച്ചായം കൊണ്ടല്ലെങ്കിലും ത്രിമാന ശൈലിയിലായിരുന്നു വരച്ചിരുന്നത്. രവിവർമ്മ ചിത്രങ്ങളും യൂറോപ്യൻ ശൈലിയും കേരളത്തിൽ പ്രചാരത്തിലായപ്പോൾ നമ്മുടെ പഴയ ചിത്രരചനാ സമ്പ്രദായത്തിന്റെ പ്രാധാന്യം നഷ്ടപ്പെട്ടുപോയി. രവിവർമ്മ ശൈലിയിൽ ചുവരിൽ വരയ്ക്കുന്ന ചിത്ര

ങ്ങളെ ചുവർ ചിത്രങ്ങളെന്നു വിളിക്കാറില്ല. വടക്കുന്നാഥ ക്ഷേത്രത്തിൽ കുറെയേറെ പഴയ ചുവർ ചിത്രങ്ങൾ മാറ്റി രവിവർമ്മ ശൈലിയിൽ വരച്ചത് കഷ്ടമായിപ്പോയി എന്നേ പറയാൻ കഴിയൂ. വടകര ചോറോട് ചേന്ദമംഗലം ക്ഷേത്രത്തിലും ആരോ ചില ചിത്രങ്ങളെ രവിവർമ്മ ശൈലിയിലാക്കാൻ ശ്രമിച്ചതായി കണ്ടിട്ടുണ്ട്.

സമയം വൈകിയതുകൊണ്ട് എല്ലാവരും പുറത്തിറങ്ങി. കൊട്ടാരത്തിന്റെ പടിഞ്ഞാറോട്ടുകിടക്കുന്ന വഴിയിലെ ഒരു ഹോട്ടലിൽ കയറി ഭക്ഷണം കഴിച്ചു. കൊട്ടാരത്തിന്റെ മുറ്റത്തെത്തി തണലത്ത് അൽപ്പനേരം വിശ്രമിച്ചശേഷം തൊട്ടുമുൻപിലുള്ള ജൂതത്തെരുവിലേക്കിറങ്ങി. ആദ്യം ജൂതന്മാരുടെ സിനഗോഗിൽ കയറി. പിന്നെ തെരുവിലൂടെ കുറച്ചുനേരം കൗതുകവസ്തുക്കൾ കണ്ട് നടന്നു. ഉച്ചകഴിഞ്ഞ് വീട്ടിലേക്കു തിരിച്ചു. അടുത്തയാഴ്ച്ച വീണ്ടും കൂടാം എന്നു ബസ്സിറങ്ങുമ്പോഴേ തീരുമാനിച്ചു. എല്ലാവരും നല്ല ഉത്സാഹത്തിലായിരുന്നു. ഒരു പുതിയ ലോകത്തെത്തിയ പ്രതീതിയിലായിരുന്നു അവർ.

സന്ധ്യ കഴിഞ്ഞിരുന്നതുകൊണ്ട് കുട്ടികൾ മാതാപിതാക്കൾക്കൊപ്പം മടങ്ങി.

7
വരയുടെ ലോകം

ആഴ്ചയവസാനം മുൻനിശ്ചയപ്രകാരം എല്ലാവരും ഹരിമാഷിന്റെ വീടിന്റെ പൂമുഖത്ത് ഒത്തുകൂടി. മട്ടാഞ്ചേരിയുടെ അനുഭവം കുട്ടികളെ ആഹ്ലാദഭരിതരാക്കി എന്നത് അവരുടെ ബഹളത്തിൽ നിന്നു മനസ്സിലാക്കാം. ചിത്രങ്ങൾ കാണാനായി ഇനി എവിടെയെങ്കിലും പോകുന്നതിനു മുൻപ് കുറച്ചുകാര്യങ്ങൾകൂടി മനസ്സിലാക്കേണ്ടതുണ്ടെന്ന് കുട്ടികൾക്കും ബോദ്ധ്യമായിക്കഴിഞ്ഞിരുന്നു. എല്ലാവരും കുറിപ്പെഴുതാനുള്ള പുസ്തകമൊക്കെ കൊണ്ടാണു വന്നിരിക്കുന്നതും.

ഹരിമാഷ്: 'എല്ലാവരും തയ്യാറാണല്ലോ? ഇന്ന് ചുവർചിത്ര രചനയുമായി ബന്ധപ്പെട്ട ചില കാര്യങ്ങൾ നോക്കാം. അത് മനസ്സിലാക്കിവയ്ക്കുന്നതും നല്ലതാണ്. നമ്മൾ നടത്തുന്നത് ഒരു പഠനമാണല്ലോ. ഞാനും പഠിച്ചുകൊണ്ടിരിക്കുന്നതേയുള്ളൂ. തുടങ്ങാം?'

'യെസ്' എന്ന് കോറസ്സായി എല്ലാവരും പറഞ്ഞു. ഹരിമാഷ് തുടർന്നു.

ചുവരും ചിത്രങ്ങളും

'ആദ്യം ചുവർ തയ്യാറാക്കുന്നതിനെക്കുറിച്ചു മനസ്സിലാക്കാം. അന്ന് നമ്മൾ സംസാരിച്ചപ്പോൾ പറഞ്ഞില്ലേ വെട്ടുകല്ലിലോ കരിങ്കല്ലിലോ നിർമ്മിച്ച ഭിത്തിയിലാണ് പ്രാഥമികമായി പരുക്കൻ പ്രതലം തയ്യാറാക്കുന്നതെന്ന്. കുമ്മായക്കൂട്ടുകൊണ്ടാണ് ഈ പ്രതലം നിർമ്മിക്കുന്നത്. കുമ്മായം ഭിത്തിയിൽനിന്ന് ഇളകിപ്പോകാതിരിക്കാനായി പരുത്തിയും പശയും ഒക്കെ ചേർക്കാറുണ്ട്. പരുത്തി ചേർക്കുന്നത് കുമ്മായത്തെ ഒറ്റപ്രതലമായി ബന്ധിക്കാനാണ്. ഇംഗ്ലീഷിൽ അതിനെ റീ-ഇൻഫോഴ്സ്മെന്റ് എന്നു പറയുന്നു. കോൺക്രീറ്റ് ചെയ്യുമ്പോൾ കമ്പിവല ഉപയോഗിക്കുന്നില്ലേ, അതുപോലെ. പലതരം പശകൾ ഉപയോഗിച്ചിരുന്നു. ശർക്കരയും പശയായി ഉപയോഗിച്ചിരുന്നു. രണ്ടാമത്തെ നേരിയ പ്രതലത്തെക്കുറിച്ചു പറഞ്ഞിട്ടുണ്ടല്ലോ. അതിൽ നിന്ന് ചായം ഇളകിപ്പോകാതിരിക്കാനായിട്ടും പലതരം പശകൾ ഉപയോഗിക്കാറുണ്ടായിരുന്നു. അതിൽ ചായം തയ്യാറാക്കുമ്പോൾ നാരങ്ങാനീരും കരിക്കിൻവെള്ളവും ഉപയോഗിച്ചിരുന്നു. രണ്ടാം പ്രതലത്തിൽ ചിത്രം വരയ്ക്കുന്നതിനു മുൻപ് വേപ്പിൻ പശ, കള്ളിപ്പാൽ, വിളാം പശ എന്നിവയൊക്കെ ഉപയോഗിച്ചിരുന്നു. പള്ളികളിൽ ചിത്രം വരയ്ക്കുമ്പോൾ പശയായി ബ്രാൽ അല്ലെങ്കിൽ വരാൽ എന്ന മത്സ്യം കിടന്ന വെള്ളവും ഉപയോഗിച്ചിരുന്നതായി അറിയാം. വരാൽ മത്സ്യത്തിന് ശരീരത്തിൽ പശിമയുള്ള കൊഴുപ്പുണ്ട്.

ഇനി ചുവർ ചിത്രങ്ങൾക്കുപയോഗിക്കുന്ന വർണ്ണങ്ങളെക്കുറിച്ചു നോക്കാം. ചുവപ്പ്, കാവിച്ചുവപ്പ്, പച്ച, കാവിമഞ്ഞ, നീലം, പച്ചകലർന്ന നീലം, കറുപ്പ്, മഞ്ഞ, സ്വർണ്ണ മഞ്ഞ, വെള്ള തുടങ്ങിയ നിറങ്ങളാണ് കേരളത്തിൽ പൊതുവായി ഉപയോഗിച്ചുകാണുന്നത്. എന്നാൽ പ്രാദേശികമായി പലയിടത്തും അല്പം വ്യത്യാസമുള്ള നിറങ്ങൾ ഉപയോഗിച്ചുകാണാം. അത് ചിത്രകാരന്റെ സ്വന്തം പരീക്ഷണങ്ങൾ ആകാം. ഒരു ചിത്രകാരൻ സ്വന്തമായി ചില ചായക്കൂട്ടുകൾ തയ്യാറാക്കിയേക്കാം. അല്ലെങ്കിൽ അയാൾക്ക് ചായം നിർമ്മിക്കുന്നതിന് പ്രാദേശികമായി കിട്ടിയ വസ്തുക്കളുടെ ഗുണത്തിന്റെ വ്യത്യാസം കണ്ടേക്കാം. പണ്ടുകാലത്ത് ദൂരയാത്ര ചെയ്യുന്നവർ ഭാരതത്തിന്റെ വടക്കൻ പ്രദേശങ്ങളിൽ നിന്നോ ഗാന്ധാരത്തിൽ നിന്നോ ഒക്കെ സവിശേഷ നിറമുള്ള കല്ലുകൾ ശേഖരിച്ച് ചിത്രകാരന്മാർക്കും രാജാക്കന്മാർക്കുമൊക്കെ സമർപ്പിക്കാറുണ്ടായിരുന്നു എന്ന് പറഞ്ഞുകേട്ടിട്ടുണ്ട്. ചായം തയ്യാറാക്കാൻ ഇവ ഉപയോഗിച്ചിരുന്നിരിക്കാം. ശരിയാണോ എന്നറിയില്ല. ഊഹം പറഞ്ഞതാണ്.

ചുവരും ചിത്രങ്ങളും

ചിത്രകാരന്റെ ഭാവനയ്ക്കനുസരിച്ച് ദേവന്മാർക്കോ ചിത്രത്തിലെ മറ്റു രൂപങ്ങൾക്കോ വ്യത്യസ്തമായ നിറം നൽകിയതുമാകാം. ഉദാഹരണത്തിന് കായംകുളത്തെ ഗജേന്ദ്രമോക്ഷം ചിത്രത്തിലെ ആനയുടെ നിറവും മറ്റൊരിടത്തെ ആനയുടെ നിറവും തമ്മിൽ വ്യത്യാസം ഉണ്ടാകാം. ഒരിക്കൽ മാഷ് മാങ്ങാനം നരസിംഹസ്വാമിക്ഷേത്രത്തിൽ പോയപ്പോൾ അവിടുത്തെ ഒരാൾ പറഞ്ഞത് രാജാരവിവർമ്മ അവിടുത്തെ ചില സവിശേഷ നിറക്കൂട്ടുകളേക്കുറിച്ചറിയാൻ കിളിമാനൂർ നിന്ന് എത്തിയതായി കേട്ടിട്ടുണ്ട് എന്നാണ്.

അടുത്തതായി ചായകൂട്ടുകൾ തയ്യാറാക്കുന്ന വസ്തുക്കളെക്കുറിച്ച് നോക്കാം. പലരും ധരിച്ചുവെച്ചിരിക്കുന്നത് ഇലച്ചാറുകൾ കൊണ്ടുമാത്രം തയ്യാറാക്കുന്നതെന്നാണ് എന്നാണ്. എന്നാൽ അതങ്ങനെയല്ല. പലതരം കല്ലുകൾ, ധാതുക്കൾ, പ്രകൃതിയിൽ നിന്നുള്ള രാസവസ്തുക്കൾ, നീലിയമരിച്ചെടിയുടെ ഇലച്ചാറ്, എരവിക്കര, മനയോല, ചായില്യം, മാലക്കൈറ്റ്, കരി എന്നിവയൊക്കെ ചായം നിർമ്മിക്കാൻ ഉപയോഗിച്ചിരുന്നു. മനയോല എന്നുപറഞ്ഞാൽ ആഴ്സെനിക് സൾഫൈഡ് ആണ്. ഇംഗ്ളീഷിൽ ഓർപിമെന്റ് എന്നാണ് ഇതിനെ പറയുന്നത്. ഇത് അങ്ങാടിക്കടയിൽ കിട്ടും. കഥകളിക്കാരും മുഖത്തെഴുത്തിന് മനയോല ഉപയോഗിക്കുന്നുണ്ട്. കടും മഞ്ഞ നിറമാണിതിന്. ചായില്യം എന്നു പറഞ്ഞാൽ മെർക്യൂറിക് സൽഫൈഡ് ആണ്. ഇംഗ്ളീഷിൽ വെർമിലിയോൺ എന്നു വിളിക്കുന്നു. തെയ്യക്കോലം കെട്ടുന്നവർ മുഖത്തെഴുത്തിന് ഇതുപയോഗിക്കുന്നു. ചുവന്ന നിറം നൽകാനാണ് ഇതുപയോഗിക്കുന്നത്. അസംസ്കൃത വസ്തുവായി പ്രകൃതിയിൽ നിന്നു ലഭിക്കുന്നു. അടുത്തതായി മാലക്കൈറ്റ് എന്നുപറയുന്നത് ചെമ്പിന്റെ, അതായത് കോപ്പറിന്റെ അയിരുകളിലൊന്നാണ്. പച്ചനിറം നേരിട്ടുകിട്ടാൻ ഇതുപയോഗിക്കുന്നുണ്ട്. കൂട്ടുനിറങ്ങൾ തയ്യാറാക്കാൻ ഒന്നിലധികം വസ്തുക്കൾ ഉപയോഗിക്കുന്നു. ഉദാഹരണത്തിന് നീലി അമരിയുടെ ചാറും മനയോലയും ചേർത്താൽ പച്ച നിറം ഉണ്ടാക്കാം.

ചിത്രങ്ങൾ വരയ്ക്കുന്നതെങ്ങനെയാണ്? അതു നോക്കിയാലോ? മുളം തണ്ട് കൂർപ്പിച്ചാണ് ബലമുള്ള തൂലിക ഉണ്ടാക്കിയിരുന്നത്. കോരപ്പുല്ല് ഉപയോഗിച്ചാണ് ബ്രഷുകൾ നിർമ്മിച്ചിരുന്നത്. കേരളത്തിലെ ചുവർ ചിത്രങ്ങളിൽ വരകൾക്കാണ് പ്രാധാന്യം. അതുകൊണ്ട് ആദ്യം, ചിത്രത്തിലെ വരകൾ മുളംതണ്ടു കൊണ്ടുള്ള കൂർത്ത തൂലിക ഉപയോഗിച്ച് രണ്ടു പ്രാവശ്യമായി വരയ്ക്കുന്നു. ആദ്യം മഞ്ഞ നിറത്തിലും. പിന്നീട് ചുവന്ന നിറത്തിലും. ചായം

നിറയ്ക്കാനായി കോരപ്പുല്ലുകൊണ്ടുള്ള ബ്രഷ് ഉപയോഗിക്കുന്നു.

ചിത്രം വരച്ചശേഷവും അത് ഉറച്ചിരിക്കാനായി പുറത്ത് പൈൻ മരത്തിന്റെ കറയും എണ്ണയും നിശ്ചിത അനുപാതത്തിൽ ചേർത്ത് തേച്ചുപിടിപ്പിച്ചിരുന്നു. അങ്ങനെയായാൽ വളരെക്കാലം കേടുകൂടാതെ ഇരിക്കും. പിന്നീട് വേണ്ടിവന്നാൽ വീണ്ടും ഇതേ മിശ്രിതം തേച്ചുപിടിപ്പിക്കാം.

അടുത്ത വിഷയം തുടങ്ങുന്നതിനു മുൻപ് അല്പം മധുരം കഴിക്കാം എന്നു പറഞ്ഞു മാഷ് എഴുന്നേറ്റു. ടീച്ചറിന്റെ സഹോദരൻ വിദേശത്തുനിന്നു കൊടുത്തയച്ച മിഠായികൾ എടുത്തുകൊണ്ടുവന്നു. എല്ലാവരും ചോക്ലേറ്റ് കഴിക്കുന്നതിനിടയിൽ മാഷ് ഒന്നുരണ്ടു പുസ്തകങ്ങൾ കൂടി അകത്തുനിന്നെടുത്തുകൊണ്ടുവന്നു. അൽപ്പം കഴിഞ്ഞു വീണ്ടും പഠനം സജീവമായി.

8
അറിവും പരിചയവും

ഹരിമാഷ്: 'നമുക്കിനി ചുവർ ചിത്രങ്ങളെ തിരിച്ചറിയാനും മനസ്സിലാക്കാനും വേണ്ട അല്പം അറിവുകൾ ഈ പുസ്തകങ്ങളിൽനിന്നു കിട്ടുമോ എന്നുനോക്കാം. കുറേ തവണ ചിത്രങ്ങൾ കണ്ടാൽ മാത്രമേ ചുവർ ചിത്രങ്ങളെ ഒറ്റനോട്ടത്തിൽ തിരിച്ചറിയാനും ഒരിടത്തെ ചിത്രങ്ങളിൽനിന്നു മറ്റൊരിടത്തെ ചിത്രങ്ങൾക്കുള്ള വ്യത്യാസം തിരിച്ചറിയാനും കഴിയൂ. അതായത് അറിവും വേണം പരിചയവും വേണം. ഒരു കാര്യം ചെയ്യാം. ആദ്യം സാധാരണ കാണപ്പെടുന്ന ചിത്രങ്ങളെ തിരിച്ചറിയുന്നതിനെക്കുറിച്ചു നോക്കാം. പിന്നീട് കേരളത്തിൽ ചിലയിടത്തുമാത്രം കണ്ടിട്ടുള്ള ചിത്രങ്ങൾ കുറച്ചെണ്ണം നോക്കാം. എല്ലാ ചിത്രങ്ങളെക്കുറിച്ചും ഞാനിപ്പോൾ പറയുന്നില്ല. ലൈബ്രറിയിൽ നിന്ന് പുസ്തകമെടുത്തു വായിച്ച് കൂടുതൽ മനസ്സിലാക്കി കുറിപ്പുകൾ എഴുതിവെച്ചോളൂ. അടുത്ത യാത്രയ്ക്കു മുൻപേ വേണം, മാഷ് തുടർന്നു. ദാ ഇതു നോക്കൂ, അർദ്ധനാരീശ്വരൻ ചിത്രം, വാക്കിന്റെ അർത്ഥം നോക്കിയാൽത്തന്നെ മനസ്സിലാകും പകുതി സ്ത്രീയും പകുതി പുരുഷനുമായുള്ള രൂപമാണ്. ശിവനും ശക്തിയും ചേർന്ന രൂപമാണ്. ശക്തിയെന്നാൽ പാർവ്വതി. ചിത്രത്തിന്റെ നെടുകെയുള്ള പകുതിയിൽ ശിവന്റെ രൂപത്തിന്റെ പകുതി കാണാം. മറ്റേ പകുതി പാർവ്വതിയുടെ രൂപമായിരിക്കും. ശിവന്റെ ജടയും അതിലെ ചന്ദ്രക്കലയും പാമ്പും ഉടുത്തിരിക്കുന്ന പുലി

ത്തോലും നോക്കിയാൽ ഈ ചിത്രം കണ്ടുപിടിക്കാം. ശിവന്റെ കൈയിൽ ത്രിശൂലവും ശിരസ്സിൽ ഫൗണ്ടൻ പോലെ ഗംഗാനദി ചീറ്റുന്നതും കാണാം. സ്ത്രീകൾക്കുള്ള കിരീടവും വസ്ത്രവും മാറിടത്തിന്റെ ഒരുഭാഗവും നോക്കിയാൽ പാർവ്വതിയുടെ പകുതി കാണാം.

അടുത്ത ചിത്രം ശങ്കരനാരായണന്റെതാണ്. ശിവനും വിഷ്ണുവും ചേർന്നുള്ള രൂപമാണിത്. നെടുകെയുള്ള പകുതിയിൽ ഒരു ഭാഗം ശിവനും മറുഭാഗം വിഷ്ണുവുമായിരിക്കും. ശിവന്റെ അടയാളങ്ങളായ പാമ്പ്, ചന്ദ്രക്കല, ഗംഗ, ത്രിശൂലം, പുലിത്തോല് തുടങ്ങിയവവെച്ച് ശിവന്റെ പകുതിയേയും വിഷ്ണുവിന്റെ അടയാളങ്ങളായ ശംഖ്, ചക്രം, ഗദ, താമര തുടങ്ങിയവകൊണ്ട് വിഷ്ണുവിന്റെ പകുതിയേയും തിരിച്ചറിയാം.

ദീപടീച്ചർ: 'ഹരിഹരൻ എന്നു പറയുന്നതും ശങ്കരനാരായണനെ അല്ലേ?'

ഹരിമാഷ്: 'അതെ. തമിഴകത്തെപ്പോലെ ശൈവരും വൈഷ്ണവരും തമ്മിൽ കേരളത്തിൽ സംഘർഷമുണ്ടായിരുന്നില്ല. എന്നുതന്നെയല്ല വേവ്വേറെവിഭാഗങ്ങളായി അല്ല അവർ നിലകൊണ്ടിരുന്നത്. അതേക്കുറിച്ച് പണ്ട് തൃശൂർ പോയപ്പോൾ കാട്ടുമാടം നാരായണൻ ചേട്ടൻ ഒരു തമാശ പറഞ്ഞത് ഓർമ്മ വരുന്നു. മലയാളികൾ മിടുക്കന്മാരാണ്. എവിടെനിന്ന് കിട്ടിയാലും സ്വീകരിക്കും. അതുകൊണ്ട് ഇവിടെ ശൈവ-വൈഷ്ണവ സംഘട്ടനം ഉണ്ടായില്ല. രാവിലെ ചന്ദനം തൊടും. അത് വൈഷ്ണവം. വൈകുന്നേരം ഭസ്മം തൊടും. അത് ശൈവം. മകന് ശങ്കരനാരായണൻ എന്നു പേരും ഇടും. ശുഭം.'

മാഷ് ആ പറഞ്ഞതു കേട്ട് ദീപടീച്ചർ അറിയാതെ ചിരിച്ചുപോയി.

ഇനി അടുത്ത ചിത്രം നോക്കൂ, ഇതാണ് അഘോരമൂർത്തി. ശിവന്റെ ഒരു ഭാവമാണിത്. ധ്യാനശ്ലോകത്തിൽ പറയുന്നതുപ്രകാരം അമ്പ്, വില്ല്, മഴു, വാൾ, ശൂലം, ഡമരു, തലയോട്ടി തുടങ്ങിയവ ധരിച്ചിട്ടുണ്ടാകും. ഒരു വിഷപ്പാമ്പിനെ കടിച്ചുപിടിച്ചിട്ടുണ്ടാകും. അതു കണ്ടാൽ ഉറപ്പിക്കാം അത് അഘോരമൂർത്തിയാണെന്ന്.'

അപർണ്ണ: 'ഏറ്റുമാനൂരമ്പലത്തിൽ അഘോരമൂർത്തിയാണെന്ന് ഇടയ്ക്കൊരിക്കൽ ഇന്റർനെറ്റിൽ നോക്കിയപ്പോൾ കണ്ടു.' ഹരിമാഷും അതു തലയാട്ടി സമ്മതിച്ചു. എന്നിട്ട് മാഷ് അതേക്കുറിച്ചു വിശദീകരിക്കാൻ തുടങ്ങി.

'ഹിന്ദുമതത്തിലെ പുരാണഗ്രന്ഥങ്ങളിൽ പലതരത്തിലുള്ള ദേവിമാരെക്കുറിച്ചു പറയുന്നുണ്ട്. അതോരോന്നും തിരിച്ചറിയുക ശ്രമക

രമാണ്. അവരുടെ കഥാസന്ദർഭത്തിൽ പറയുന്നതോ ധ്യാനശ്ലോകത്തിൽ പറയുന്നതോ ആയ അടയാളങ്ങൾ സമർത്ഥമായി സന്നിവേശിപ്പിച്ചുകൊണ്ടാകും ഓരോന്നും വരയ്ക്കുന്നത്. ചിത്രകാരന്റെ പുരാണഗ്രന്ഥ പരിചയം ഇക്കാര്യത്തിൽ നിർണ്ണായകമാണ്. ഒരു കലാകാരനെ മറ്റൊരാളിൽ നിന്ന് വ്യത്യസ്തനാക്കുന്നത് ഈ ജ്ഞാനം കൂടിയാണ്. വരയ്ക്കാനുള്ള കഴിവു മാത്രമല്ല. ഏറ്റവും കൂടുതൽ വൈവിദ്ധ്യം കാണുന്നത് ദേവീ സങ്കൽപ്പത്തിലാണ്. അതുകൊണ്ട് ദേവിമാരെക്കുറിച്ച് കൂടി നോക്കാം. ദാ, നോക്കൂ ഇതാണ് ഭഗവതി. ഹിന്ദുമതത്തിലെ ശാക്തേയ സ്ത്രീദേവതകളെ പൊതുവെ ഭഗവതി എന്നാണ് വിശേഷിപ്പിക്കുന്നത്. അതുകൊണ്ട് ഭഗവതിക്ക് പല രൂപങ്ങൾ കണ്ടേക്കാം. ചില സ്ഥലങ്ങളിൽ പ്രാദേശികമായി വേറെപ്പേരുകളിലും ഭഗവതി അറിയപ്പെടുന്നുണ്ട്. പോർക്കലിഭഗവതി, മൃദംഗശൈലേശ്വരി എന്നൊക്കെ.

ഈ ചിത്രത്തിലേതുപോലൊരു ഭഗവതിയുടെ രൂപം മിക്ക അമ്പലത്തിൽ പോയാലും കാണില്ല. അവിടെ ചിലപ്പോൾ ഒരു തറ മാത്രമേ ഉണ്ടാവൂ. ചിലപ്പോൾ വാൽക്കണ്ണാടിരൂപത്തിൽ ഒരു ശില. അല്ലെങ്കിൽ ചെറിയ ശിവലിംഗമാണെന്നു തോന്നുന്ന രൂപം. അതാവും ഭഗവതി പ്രതിഷ്ഠ.

നോക്കൂ, ഇതാണ് ദുർഗ്ഗ. ഹിന്ദുക്കളുടെ സ്ത്രീ ദേവതമാരിൽ ശാക്തേയ സമ്പ്രദായത്തിൽ നിന്നുള്ള സങ്കൽപ്പമാണ് ദുർഗ്ഗ. ദുർഗ്ഗയുടെ ചിത്രം സാധാരണ തിരിച്ചറിയുന്നത് സിംഹത്തിന്റെ സാന്നിദ്ധ്യം കൊണ്ടാണ്. സിംഹാരൂഢ ദുർഗ്ഗ എന്നാണ് പറയുക. മഹിഷാസുരനെ കൊല്ലുന്നതായിട്ടാണ് പൊതുവെ ചിത്രത്തിൽ കാണുക. മഹിഷാസുരനെ സൂചിപ്പിക്കാനായി ചിലപ്പോൾ ഒരു പോത്തിന്റെ തല മാത്രമേ ചിത്രത്തിൽ കാണൂ. മഹിഷാസുരമർദ്ദിനിയായ ദുർഗ്ഗ ധാരാളം കണ്ടുവരുന്ന ചിത്രമാണ്. ഇനി ഇതാ സാക്ഷാൽ സരസ്വതി. വിദ്യയുടെ ദേവതയാണ് സരസ്വതി. അതുകൊണ്ട് അറിവിനേയും കലയേയും സൂചിപ്പിക്കുന്ന അടയാളങ്ങൾ സരസ്വതിയുടെ ചിത്രത്തിൽ ഉണ്ടാകും. പിന്നെ ധ്യാനശ്ലോകത്തിൽ സൂചിപ്പിക്കുന്ന ഇരിപ്പുനിലയും ശ്രദ്ധിക്കാം. വെള്ളത്താമരയിൽ ഇരിക്കുന്ന രീതിയിലാണ് സരസ്വതിയെ മിക്കയിടത്തും കാണുന്നത്. ഒരു കൈയിൽ താളിയോലഗ്രന്ഥം ഉണ്ടാകാറുണ്ട്. മറ്റൊരുകൈയിൽ സംഗീതോപകരണം പതിവുണ്ട്. ഒരുകൈയിൽ ജപമാല ഉണ്ടാകാം. നാലുകൈ വരയ്ക്കുമ്പോൾ താഴത്തെ രണ്ടുകൈകൊണ്ട് വീണ മീട്ടുന്നതായി വരയ്ക്കാറുണ്ട്.

ചുവരും ചിത്രങ്ങളും

പ്രണോയ്: 'സ്വാതിതിരുനാൾ സിനിമയിലെ ഒരു പാട്ടിൽ വിദ്യാകേ പതി ശ്രീ ഗണേശ എന്നു പറയുന്നുണ്ടല്ലോ മാഷേ അതെന്താ അങ്ങനെ?'

ഹരിമാഷ്: 'നല്ല ചോദ്യം. വൈഷ്ണവ സമ്പ്രദായത്തിലാണ് സരസ്വതി, വിദ്യയുടെ ദേവതയാകുന്നത്. ശൈവ സമ്പ്രദായത്തിൽ അത് ഗണപതിയാണ്. ശൈവസരസ്വതി എന്നാണ് സരസ്വതീദേവിയെ ശൈവസങ്കല്പത്തിൽ വരച്ചാൽ പറയുക. ചിത്രത്തിൽ ശൈവചിഹ്നങ്ങൾ കാണും. മറ്റൊരു ദേവിയാണ് ലക്ഷ്മി. ലക്ഷ്മിദേവിയെ താമരയിൽ നിൽക്കുന്നതായിട്ടോ ഇരിക്കുന്നതായിട്ടോ ആണ് പലപ്പോഴും വരയ്ക്കാറ്. വെള്ളത്താമരയല്ല. സമ്പത്തിന്റെ ദേവതയായതുകൊണ്ട് അതിന്റെ സൂചനകൾ ചിത്രത്തിൽ കാണും. ഒരു കൈയിൽ വരദമുദ്ര കണ്ടേയ്ക്കാം. മറുകൈയിൽ അഭയ മുദ്രയും കണ്ടേക്കാം. കൈപ്പത്തി മലർത്തി താഴോട്ടാക്കി പിടിക്കുന്നതാണ് വരദമുദ്ര. കൈ പകുതിയുയർത്തി കൈപ്പത്തി മലർത്തി അൽപ്പം കപ്പുപോലെയാക്കി വിരലുകൾ മുകളിലേക്കാക്കി പിടിക്കുന്നതാണ് അഭയമുദ്ര. ചിലപ്പോൾ രണ്ടുകൈകൾ കൂടി വരച്ച് താമരപ്പൂവ് പിടിച്ചിട്ടുള്ളതായി വരയ്ക്കാറുണ്ട്. ഇരിക്കുന്ന ലക്ഷ്മിയുടെ ഇരുവശത്തായി ഓരോ ആനകൾ തുമ്പിക്കൈയിൽ കലശം അഥവാ ചെറുകുടം ഉപയോഗിച്ച് അഭിഷേകം ചെയ്യുന്നതായി കാണിച്ചിട്ടുള്ള ചിത്രത്തിന് ഗജലക്ഷ്മി എന്നാണ് പറയുന്നത്. അതും പ്രത്യേകം ശ്രദ്ധിക്കുക. തീർന്നില്ല, ഇനി ദാ, പാർവ്വതിയെ നോക്കൂ. ശിവന്റെ പത്നിയെന്ന നിലയിൽ ശൈവചിഹ്നങ്ങൾ പാർവ്വതിയുടെ ചിത്രത്തിൽ കാണാറുണ്ട്. കൂടുതലും ചിത്രങ്ങളിൽ ശിവനോടൊപ്പമാണ് പാർവ്വതിയെ കാണാറ്. ശിവകുടുംബം, ശിവപാർവ്വതിമാർ, ശിവ-മോഹിനീ സംഗമം കാണുന്ന പാർവ്വതി തുടങ്ങിയ ചിത്രങ്ങൾ. എന്നാൽ പാർവ്വതീചമയം എന്ന പേരിൽ പരിചാരികമാരോടൊത്തും പാർവ്വതിയെ വരയ്ക്കാറുണ്ട്. ഒറ്റയ്ക്കും ചിലയിടങ്ങളിൽ വരച്ചുകാണുന്നു. അന്നപൂർണ്ണേശ്വരി എന്ന ഭാവത്തിൽ ഉള്ള പർവ്വതിയാണെങ്കിൽ ഒരു കൈയിൽ ഭക്ഷണം പകരുന്ന കോരിക കാണും. ഇനി ത്രിപുരസുന്ദരിയുടെ പ്രത്യേകതകൾ നോക്കാം. കണ്ടോ, പാശം(കയർ), അങ്കുശം(ആനത്തോട്ടി), പുഷ്പശരം, കരിമ്പിന്റെ വില്ല് എന്നിവ നാലു കൈകളിലായി ഉണ്ടെങ്കിൽ അത് ത്രിപുരസുന്ദരി എന്ന ദേവതാസങ്കല്പമായിരിക്കും. കരിമ്പിന്റെ വില്ലാണ് നമ്മൾ പെട്ടെന്നു ശ്രദ്ധിക്കുന്ന അടയാളം.

ഇനിയും എത്രയോ എണ്ണം ചിത്രങ്ങളുണ്ട്. അതെല്ലാം നിങ്ങൾ

തന്നെ പുസ്തകത്തിൽ നിന്ന് കണ്ടെത്തി കുറിപ്പുകൾ തയ്യാറാക്കണം. നല്ല ഒരു പ്രൊജക്റ്റ് ആയിരിക്കും. അല്ലേ പ്രണോയ്?'

റോഷൻ: 'എന്താ മാഷേ മുസ്ളീം പള്ളിയിൽ ചുവർചിത്രങ്ങൾ കാണാത്തത്?'

ഹരിമാഷ്: 'കൃത്യമായ ചോദ്യം. കാരണമുണ്ട്. മുസ്ലീം പള്ളികൾ ദേവാലയങ്ങളല്ല. പരിശുദ്ധമായ ആരാധനാലയങ്ങൾ മാത്രമാണ്. അത് കൃത്യമായ ഒരു മത സങ്കൽപ്പമാണ്. ദൈവം എന്ന പേരിൽ ഒന്നിനേയും ആരാധിക്കാൻ പാടില്ല. അതുകൊണ്ട് ദൈവത്തിന്റേയോ പ്രവാചകന്റേയോ ചിത്രം വരയ്ക്കാൻ പാടില്ല എന്നതാണ് വിശ്വാസം. അതാണ് അവിടെ ചിത്രങ്ങൾ ഉണ്ടാകാത്തത്. നമുക്ക് നാളെക്കൂടി കൂടണോ? കേരളത്തിലെ ശ്രദ്ധേയമായ ചില ചിത്രങ്ങളെക്കുറിച്ചു പറയാനുണ്ട്. ബോറടിച്ചുതുടങ്ങിയെങ്കിൽ നാളെ വേണ്ട.'

മൃണാൾ: 'നാളെക്കൂടാം മാഷേ. ഞങ്ങൾക്കു പ്രശ്നമില്ല. ചിത്രങ്ങളെക്കുറിച്ചുള്ളത് ഒന്നിച്ചു കേട്ടാൽ സംശയം ഉടനെ ചോദിക്കാമല്ലോ.'

9
ശ്രദ്ധേയമായ ചിത്രങ്ങൾ

കുട്ടികൾ എല്ലാവരും ദീപടീച്ചറിന്റെ വീട്ടിൽ രാവിലെ ഒത്തുകൂടി. പറയേണ്ട ചിത്രങ്ങളുടെ പട്ടിക തയ്യാറാക്കാൻ ഹരിമാഷ് ദീപടീച്ചറിനോടും സാരംഗിയോടും പറഞ്ഞിരുന്നു. സാരംഗി ആദ്യം പട്ടിക മുഴുവൻ വായിച്ചു. പിന്നെ അതിൽനിന്ന് ഹരിമാഷ് പറഞ്ഞ ചിലത് അടയാളപ്പെടുത്തി. എല്ലാവരും റെഡിയായി.

ഹരിമാഷ്: 'ആദ്യം നമുക്ക് ഏറ്റുമാനൂരിലെ പ്രദോഷനൃത്തം നോക്കാം. ഏറ്റുമാനൂരമ്പലത്തിലെ ഗോപുരഭിത്തിയുടെ അകത്താണ് പ്രദോഷനൃത്തം വരച്ചിട്ടുള്ളത്. ഇത് ശിവന്റെ ആനന്ദനടനമാണ്. നൃത്തം ചെയ്യുന്ന നടരാജന് പതിനാറുകൈകൾ ഉണ്ട്. ഒരുവശത്ത് എട്ടും മറുവശത്ത് എട്ടും കൈകൾ. ഓരോ കൈയിലും ഓരോ വസ്തുക്കൾ. മാൻ, വീണ, വട്ടക, പൂജാമണി, കയർ, ഒരു താളോപകരണം, ധ്വജം, വനമാല എന്നീവ ഇടത്തും സർപ്പം, പരശു, തുടി, ചന്ദ്രക്കല, രുദ്രാക്ഷമാല, ആനത്തോട്ടി, ത്രിശൂലം, അഭയമുദ്ര എന്നിവ വലത്തും കാണാം. ശിവന്റെ ജട ഇരുവശത്തേക്കും വിടർന്നുപരിലസിക്കുന്നു. അത് പൂക്കൾ കൊണ്ട് അലങ്കരിച്ചിരിക്കുന്നു. അഷ്ട

നാഗങ്ങൾ എന്നു പുരാണങ്ങളിൽ വിളിക്കുന്ന നാഗങ്ങളെയും കാണാം. ശിവന്റെ കാലിനടിയിൽ മുയാലകൻ എന്ന അസുരനെ കാണാം. ഭുജംഗ ത്രസിത കരണം എന്ന നിലയിലാണ് ശിവൻ കാലുകൾ വെച്ചിരിക്കുന്നത്. അത് നാട്യശാസ്ത്രത്തിലെ ഒരു നൃത്ത നിലയാണ്. ലോകമെങ്ങുമുള്ള ചിത്രകലാനിരൂപകർ പ്രകീർത്തിച്ചിട്ടുള്ള ഒരു ചിത്രമാണിത്. ദ്രാവിഡചിത്രകലയുടെ ഉത്തമമാതൃക എന്നൊക്കെയാണ് അവരിൽ ചിലർ ഇതിനെ വിശേഷിപ്പിച്ചിട്ടുള്ളത്.

പാണ്ഡവം ശാസ്താക്ഷേത്രത്തിലെ ഗണപതിപൂജ നല്ലൊരു ചിത്രമാണ്. വരയിൽ ചിത്രകാരന്റെ സൂക്ഷ്മതയും സാമൂഹ്യബോധവും നർമ്മഭാവനയും ഒക്കെ കാണാം. ഗണപതിക്കായി ഒരു ബ്രാഹ്മണൻ പൂജ നടത്തുന്നതും പൂജാസാധനങ്ങൾ നിരത്തിവെച്ചിരിക്കുന്നതും പലരായി പൂജാസാധനങ്ങൾ കൊണ്ടുവരുന്നതും ഒക്കെ വരച്ചിട്ടുണ്ട്. ചക്ക, പൂക്കൂട, ഉരുളി, വാഴക്കുല എന്നിവയൊക്കെ കൊണ്ടുവരുന്നതായി കാണിച്ചിട്ടുണ്ട്. അതിൽ പലതരത്തിൽപ്പെട്ട ബ്രാഹ്മണരെ വരച്ചിരിക്കുന്നു എന്നതാണ് ഒരു സവിശേഷത. ഉണ്ണിയപ്പം ചുടുന്നയാളിനേയും അടയുണ്ടാക്കുന്നയാളിനെയും നിവേദ്യം നടത്താനായി അതൊക്കെ ചുമന്നുകൊണ്ടുപോകുന്നവരെയും കാണാം. പൂജയുടെ ചിത്രത്തിനോട് ചേർന്നുതന്നെ താഴെയായി നർത്തകിമാരെ വരച്ചിട്ടുണ്ട്. സാധാരണ നാട്ടിൽ ഉപയോഗിച്ചുകാണാത്ത ഒരു സംഗീതോപകരണം പക്കമേളക്കാർ വായിക്കുന്നത് വരച്ചതുകാണുമ്പോൾ ചിത്രത്തെ വ്യത്യസ്തമാക്കാനുള്ള ചിത്രകാരന്റെ ശ്രമത്തെക്കുറിച്ചും അറിവിനെക്കുറിച്ചും മനസ്സിലാകും. നർത്തകിമാർ പരദേശികളാണെന്നു സൂചിപ്പിക്കാനായി അവരുടെ വസ്ത്രമായി കാലുറകളാണ് വരച്ചിട്ടുള്ളത്.

വേട്ടശാസ്താവിന്റെ ചിത്രം പലയിടത്തുമുണ്ട്. ശാസ്താവ് കാട്ടിൽ പരിവാരങ്ങളോടൊത്ത് വേട്ടയ്ക്കുപോകുന്നതാണ് സന്ദർഭം. സാധാരണ ഈ ചിത്രം എളുപ്പം തിരിച്ചറിയുന്നത് വല കണ്ടിട്ടാണ്. മൃഗങ്ങളെ കെണിയിലാക്കാനുള്ള വല ഈ ചിത്രങ്ങളുടെ അവിഭാജ്യഘടകമായിട്ടുണ്ട്. പലവിധ ആയുധങ്ങളുമായി അനുഗമിക്കുന്ന അനുചരരെ കൂടെക്കാണാം. ചിലർ നടക്കുകയാണെങ്കിൽ മൃഗങ്ങളെ കണ്ടെത്താനായി മറ്റുചിലർ മരത്തിന്റെ മുകളിലായിരിക്കും. ചിലർ വന്യമൃഗങ്ങളെ ആക്രമിക്കുന്നതും കണ്ടേയ്ക്കാം. മൃഗങ്ങളെ കെണിയിലാക്കാനായി ഓടിക്കുന്നവരെ ചിത്രീകരിക്കാറുണ്ട്. ചിത്രകാരൻ നർമ്മബോധമുള്ളയാളാണെങ്കിൽ മൃഗങ്ങളെക്കാണുമ്പോൾ പേടിച്ച് മരത്തിൽ കയറിയിരിക്കുന്നവരേയും വരച്ചേക്കാം. കേരളത്തിലെ

ചുവരും ചിത്രങ്ങളും

മികച്ച പത്തു ചിത്രങ്ങളിൽ ഒന്നായി ഡോ. എം.ജി. ശശിഭൂഷൺ കണക്കാക്കുന്ന വേട്ട ശാസ്താവിന്റെ ചിത്രം പുണ്ഡരീകപുരത്തുണ്ട്. ശ്രീകോവിലിന്റെ കിഴക്കേ ഭാഗം തീരുന്നിടത്താണ് മനോഹരമായ ഈ ചിത്രം. നമ്മൾ നേരത്തെ പറഞ്ഞില്ലേ വരകളാണ് കേരളീയ ചുവർ ചിത്രങ്ങളുടെ ചാരുത എന്ന്? അതിന്റെ മകുടോദാഹരണമാണ് ഈ വേട്ട ശാസ്താവും പരിവാരങ്ങളും. ലക്ഷണമൊത്ത കുതിരയെന്നാണ് ശശിഭൂഷൺ സാർ വിവരിക്കുന്നത്. അശ്വഹൃദയം എന്ന കുതിരകളുടെ ലക്ഷണശാസ്ത്രം വിവരിക്കുന്ന ഗ്രന്ഥം പഠിച്ചിട്ടുള്ളയാളാണ് ചിത്രകാരൻ എന്ന് അദ്ദേഹം പറയുന്നു. വെളുത്തകുതിരയെ എടുത്തു കാണിക്കാനായി ചുവന്ന പശ്ചാത്തലം നൽകിയത് ബോധപൂർവ്വമാണ് എന്ന് മനസ്സിലാക്കാം. ഒരു കൗതുകം കൂടി ഈ ചിത്രത്തിലുണ്ട്. ശാസ്താവിന്റെ വേട്ടയ്ക്കുപോകുന്നവരിൽ തോക്കുപിടിച്ച ഒരാളെക്കൂടി കാണാം. ഇത് ചിത്രമെഴുതിയ കാലത്തെക്കുറിച്ചു പെട്ടെന്ന് നമ്മളെ ഓർമ്മിപ്പിക്കും. ഇല്ലേ? എന്നാൽ ശശിഭൂഷൺ സാർ മറ്റൊന്നുകൂടി പറയുന്നു. പുതുമയെ സ്വീകരിക്കാൻ കേരളീയർക്കുള്ള മനസ്ഥിതിയെക്കൂടി ഇതു കാണിക്കുന്നുണ്ട് എന്നാണ് അദ്ദേഹത്തിന്റെ നിരീക്ഷണം. ഇതാണ് ചുവർ ചിത്രങ്ങൾ കാണുമ്പോഴുള്ള നിരീക്ഷണം എന്നു പറയുന്നത്. നിരീക്ഷണം നമ്മുടെ അറിവിനെക്കൂടി അളക്കുന്നു എന്നുകാണാം.

കളിയാംവെള്ളി ഭഗവതിക്ഷേത്രത്തിൽ ഒരു അപൂർവ്വ ചിത്രമുണ്ട്. അത് കദംബവനവാസിയായ ദേവിയുടേതാണ്. അതിമനോഹരമായ ഈ ചിത്രം മറ്റൊരിടത്തും കണ്ടിട്ടില്ല. കളിയാംവെള്ളി ക്ഷേത്രം ശാക്തേയ പൂജയുള്ള ക്ഷേത്രമാണ്. എന്നു പറഞ്ഞാൽ മാംസനിവേദ്യം ഉള്ള ക്ഷേത്രം. കോഴിക്കോട് സാമൂതിരിയുടെ വളയനാട് ഭഗവതിക്ഷേത്രം പോലെ.

ഇത്രയും കേട്ടപ്പോൾ പ്രണോയ് ചോദിച്ചു 'മാഷേ, ഇത്രയുമാണോ പ്രധാന ദേവിമാർ?'

ചിരിച്ചു കൊണ്ട് ഹരി മാഷ് പറഞ്ഞു, 'തീർന്നില്ല പ്രണോയ്, നാദാപുരത്തിനടുത്തുള്ള കുറ്റിപ്രം പാറയിൽ പരദേവതാ ക്ഷേത്രത്തിൽ മനോഹരമായ ഗണേശ്വരി എന്ന ചിത്രമുണ്ട്. വിനായകി, വൈനായകി, വിഘ്നേശ്വരി എന്നൊക്കെ പറയും. ഗണപതിയുടെ സ്ത്രീരൂപം എന്നു പറയാം.

വടക്കൻ മലബാറിൽ ചെന്നാൽ പരദേവതാക്ഷേത്രം എന്നുകാണുന്ന പ്രധാനക്ഷേത്രങ്ങൾ വേട്ടയ്ക്കൊരുമകന്റേതാണ്. ആ പ്രദേശങ്ങളിൽ ചുവർ ചിത്രങ്ങളുള്ള മിക്കയിടത്തും വേട്ടയ്ക്കൊരുമകന്റെ

ചിത്രം കാണാം. വലതുകൈയിൽ ചുരിക, ഇടതുകൈയിൽ അമ്പും വില്ലും എന്നിവ ധരിച്ച് താടിവളർത്തി കാട്ടാളരൂപത്തിലാണ് വരയ്ക്കാറുള്ളത്. വില്ല് തറയിൽ കുത്തിനിർത്തിപ്പിടിച്ചിരിക്കുകയാണ്.

അതുപോലെ, മാങ്ങാനം നരസിംഹസ്വാമിക്ഷേത്രത്തിൽ ഭിക്ഷാടനമൂർത്തിയുടെ ചിത്രമുണ്ട്. ആദ്യകാലത്താണ് മാഷ് അവിടെപ്പോയത്. പെട്ടെന്ന് മെലിഞ്ഞുണങ്ങിയ ശിവനെപ്പോലെ ഒരു രൂപം കണ്ടപ്പോൾ സംശയിച്ചു. അത്ര പരിചയമില്ലാത്ത ചിത്രകാരൻ വരച്ചതാണോ എന്നു തോന്നി. പിന്നെയാണ് മനസ്സിലായത് ഭിക്ഷാടനമൂർത്തിയുടെ ഭാവത്തിലുള്ള ശിവനാണ് എന്ന്.

കേരളത്തിലെ ഇന്നവശേഷിക്കുന്നതിൽ വലിയൊരു ചിത്രമാണ് കായംകുളം കൃഷ്ണപുരം കൊട്ടാരത്തിലെ ഗജേന്ദ്രമോക്ഷം.'

പ്രണോയ്: 'മാഷേ, നമ്മുടെ കാർത്തിക് അവന്റെ നാട്ടിൽ കണ്ട ചിത്രം ഏതായിരുന്നു? ആ പേരു ഞാൻ മറന്നു പോയി. അവിടത്തെ ചിത്രങ്ങളും പ്രാധാന്യമുള്ളവയല്ലേ?

ഹരിമാഷ്: 'സംശയമെന്താ, ഉറപ്പായും പ്രാധാന്യമുള്ള ചിത്രങ്ങൾ തന്നെയാണ് ലോകനാർകാവിലേത്. ദേവീഭാഗവതത്തിൽ നിന്നുള്ള കഥാസന്ദർഭങ്ങളെ അടിസ്ഥാനമാക്കിയാണ് വടകര ലോകനാർക്കാവിൽ ചിത്രങ്ങൾ വരച്ചിരിക്കുന്നത്. പൂന്താനത്തു കൃഷ്ണപ്പിഷാരടിയുടെ ശിഷ്യനായ എളങ്ങമരം ശങ്കരൻ നായരും മറ്റൊരു ശങ്കരനും ചേർന്നു വരച്ച നല്ല ചിത്രങ്ങളാണ് അവ. പ്രഗത്ഭനായ ഈ കൃഷ്ണപ്പിഷാരടിയാണ് കോഴിക്കോട് ബാലുശ്ശേരി കോട്ടയിലെ ക്ഷേത്രത്തിൽ ചിത്രങ്ങൾ വരച്ചിട്ടുള്ളത്. കീഴൂരമ്പലത്തിലും ചേന്ദമംഗലത്തും ഒക്കെ നോക്കിയാൽ ഇവരുടെ ശൈലിയുടെ പ്രത്യേകത തിരിച്ചറിയാം. അതിലൊന്ന് ശൈവസൂചനയായി ചെറിയൊരു പുലിത്തോൽ വരയ്ക്കുന്നതാണ്.

ഇനിയും സവിശേഷതകളുള്ള പല ചിത്രങ്ങളുണ്ട്. ഇപ്പോൾ ഇതു മതി. കാരണം, ചിത്രങ്ങൾ കാണുമ്പോൾ ശ്രദ്ധിക്കേണ്ട മറ്റു ചില കാര്യങ്ങൾ കൂടി ഇന്നുതന്നെ പറയാം എന്നു വിചാരിക്കുന്നു. കാർത്തിക്കിന്റെ അച്ഛന്റെ ഫോൺ നമ്പർ തന്നാൽ വടകര ഭാഗത്തുള്ള ക്ഷേത്രങ്ങളിലെ പ്രധാനചിത്രങ്ങളെക്കുറിച്ച് പറഞ്ഞുകൊടുക്കാം. ഇവിടെപ്പറഞ്ഞതൊക്കെ നിങ്ങൾ സൗകര്യമായി കാർത്തിക്കിന് പറഞ്ഞുകൊടുത്തോളൂ.'

ചുവരും ചിത്രങ്ങളും

10

എവിടെ നോക്കണം? എങ്ങനെ നോക്കണം?

ദീപടീച്ചർ കൊണ്ടുവന്ന ചായയും അടയും കഴിച്ച് കുട്ടികൾ വീണ്ടുമിരുന്നു. ഹരിമാഷ് പോയിന്റുകൾ കുറിച്ചുവെച്ചിരുന്ന ഒരു കടലാസുകെട്ടെടുത്തു നിവർത്തി. അതിൽ നിന്നൊരെണ്ണം എടുത്തു നോക്കി. പിന്നെ കുട്ടികളോടായി പറഞ്ഞു തുടങ്ങി.

'ക്ഷേത്രങ്ങളിൽ എവിടെയൊക്കെയാണ് ചിത്രങ്ങൾ കാണുക? അതൊന്നു പരിശോധിച്ചാലോ? ചിലയിടങ്ങളിൽ ഗോപുരം കടക്കുന്നതിനു മുൻപും വാതിൽ കടന്നാൽ അകത്തും ഉയർത്തിക്കെട്ടിയ ഭാഗത്ത് കയറിനിന്നാൽ കാണുന്നരീതിയിൽ പുറത്തേയും അകത്തേയും ഭിത്തിയിൽ ചിത്രങ്ങൾ കണ്ടേയ്ക്കാം. ഗോപുരം എന്നു പറഞ്ഞാൽ പ്രവേശന കവാടമന്ദിരമാണ്. ഉദാഹരണത്തിന് ഏറ്റുമാനൂർ മഹാദേവക്ഷേത്രം. ചിലയിടങ്ങളിൽ ചുറ്റമ്പലത്തിൽ കയറിയാൽ അതായത് ശ്രീകോവിലിനു ചുറ്റുമുള്ള പ്രദക്ഷിണ വഴിയിലേക്കു ബലിക്കൽ പുര എന്ന് വിളിക്കുന്ന ഭാഗത്തുനിനിന്നോ അല്ലെങ്കിൽ പുറത്തുനിന്നോ കയറുമ്പോൾ ഉടനെ ഇടതുവശത്തോ വലതുവശത്തോ ഭിത്തിയിൽ ചിത്രങ്ങൾ കണ്ടേക്കാം. ചെറുകുന്ന് അന്നപൂർണ്ണേശ്വരി ക്ഷേത്രത്തിലും മറ്റും അങ്ങനെ കാണാം. തിടപ്പള്ളിയോട് ചേർന്നോ അല്ലാതെയോ ചുറ്റമ്പലത്തിനു ചുറ്റുമുള്ള മണ്ഡപത്തിന്റെ അകത്തേഭിത്തിയിൽ ചിലയിടത്തു ചിത്രങ്ങൾ കാണുന്നു. പക്ഷേ, കൂടുതലും ശ്രീകോവിലിന്റെ ഭിത്തിയിലാണ് കാണപ്പെടുന്നത്. രണ്ടു നിലയിൽ പണിഞ്ഞ ശ്രീകോവിലിന്റെ രണ്ടാമത്തെ നിലയിലും ചിത്രങ്ങൾ കണ്ടേക്കാം.'

തുടർന്ന് ഹരിമാഷ് ഒരു സാധാരണ ക്ഷേത്രത്തിന്റെ രൂപരേഖ കുട്ടികൾക്കു കാണിച്ചുകൊടുത്തു.

'എന്തായാലും നമുക്ക് ശ്രീകോവിലിനുചുറ്റുമുള്ള ചിത്രങ്ങൾ കാണുമ്പോൾ ശ്രദ്ധിക്കേണ്ട കാര്യങ്ങൾ നോക്കാം. ശ്രീകോവിൽ പലതരത്തിലുണ്ട്. വട്ടത്തിൽ, ചതുരത്തിൽ, ഗജപൃഷ്ഠാകൃതിയിൽ ഒക്കെ കാണും.'

മൃണാൾ: 'ഗജപൃഷ്ഠാകൃതി എന്നു പറഞ്ഞാൽ?'

ഹരിമാഷ്: 'ഗജപൃഷ്ഠാകൃതി എന്നു പറഞ്ഞാൽ മുൻവശത്ത് നേരെ ഉള്ള ഭിത്തിയാണെങ്കിലും പിന്നിലേക്ക് രണ്ടുവശത്തുനിന്നും നീളത്തിൽ ചെന്ന് വട്ടത്തിൽ അവസാനിക്കുന്ന രീതിയിലുള്ളതാണ്. ആനയുടെ പിൻഭാഗം പോലെ എന്നു സങ്കല്പം.

ചുവരും ചിത്രങ്ങളും

വട്ടമാണെങ്കിലും ഗജപൃഷ്ഠാകൃതിയാണെങ്കിലും ചിത്രങ്ങൾക്ക് തുടർച്ച മുറിയാതെ ഒരു വശത്തുനിന്നു തുടങ്ങി മറുവശത്തവസാനിക്കാം. ഗജപൃഷ്ഠാകൃതിയിൽ മുൻപിലെ ഭിത്തിമാത്രമേ വേറിട്ടു നിൽക്കുകയുള്ളൂ. ചതുരശ്രീകോവിലാണെങ്കിൽ ഓരോ ഭിത്തിയും അവസാനിച്ച ശേഷം തൊണ്ണൂറു ഡിഗ്രിയിൽ അടുത്ത് തുടങ്ങുകയാണല്ലോ. അതുകൊണ്ട് പാരമ്പര്യചിത്രങ്ങളാണെങ്കിൽ പൊതുവേ ഒരു വശത്തു നിർത്തുന്ന രീതി കാണാം.

ശ്രീകോവിലിന്റെ നിർമ്മിതിയുടെ സ്വഭാവം അനുസരിച്ചായിരിക്കും ചിത്രങ്ങൾ വരയ്ക്കാനുള്ള സ്ഥലത്തിന്റെ ലഭ്യത. നിർമ്മാണത്തിൽ അലങ്കാരങ്ങൾ കുറവാണെങ്കിൽ നല്ല വലിപ്പമുള്ള പ്രതലം വരയ്ക്കാൻ ലഭിക്കും. അലങ്കാരങ്ങൾ ഉണ്ടെങ്കിൽ ഇടയ്ക്കുള്ള ചെറിയ ഇടങ്ങളേ വരയ്ക്കാൻ കിട്ടൂ. മാത്രവുമല്ല തള്ളിനിൽക്കുന്ന ചില ഭാഗത്തുകൂടി വരച്ചാലേ ചിത്രം പൂർത്തിയാക്കാൻ കഴിയൂ. രണ്ടു കെട്ടുകൾക്കകത്തു കിട്ടുന്ന കൃത്യമായ ഇടത്തെ, പാനൽ എന്നു പറയാം.

നല്ല വലിയ ഭിത്തിയാണെങ്കിൽ ചിത്രകാരന്മാർ ഒരു വലിയ പാനലിനെ രണ്ടോ മൂന്നോ സാങ്കൽപ്പിക അടുക്കുകളാക്കി മാറ്റി ചിത്രങ്ങൾ വരയ്ക്കാറുണ്ട്. കേരളീയശൈലിയിൽ ചിലങ്കമണി പോലെയുള്ള വരകൾകൊണ്ട് ചിത്രങ്ങളെ വേർതിരിക്കുന്നു. തൊടീക്കളത്ത് അങ്ങിനെയാണ് രുക്മിണീസ്വയംവരം വരച്ചിട്ടുള്ളത്. ചിത്രങ്ങൾ ചെറുതാകും.

എന്നാലോ കൂടുതൽ ചിത്രങ്ങൾ വരയ്ക്കാൻ കഴിയും. പരമ്പരച്ചിത്രങ്ങളാണെങ്കിൽ കഥാസന്ദർഭങ്ങൾ കൂടുതൽ ഉൾപ്പെടുത്താൻ അതുവഴി കഴിയും.

ചില ഭിത്തികളിൽ ഒറ്റയ്ക്കു തള്ളി നിൽക്കുന്ന ചില പ്രതലങ്ങൾ ഉള്ളിടത്ത് ചെറിയ ചില ചിത്രങ്ങൾ വരയ്ക്കാറുണ്ട്. അതുപോലെ മുൻഭാഗത്തുള്ള ഒരു വാതിൽ മാത്രമേ ചില ശ്രീകോവിലുകളിൽ ഉണ്ടാവൂ. പക്ഷേ, ബാക്കി മൂന്നുവശത്തും വാതിലിന്റെ രൂപം കുമ്മായക്കെട്ടുകൊണ്ട് സൃഷ്ടിച്ചുവെച്ചിട്ടുണ്ടാകും. അതിനെ ഘനദ്വാരം, പഞ്ജരം അല്ലെങ്കിൽ ഫാൾസ് ഡോർ എന്നാണ് പറയുക. പഞ്ജരത്തിൽ ചെറിയ വാതിലിന്റെ രൂപത്തിൽ കാണുന്ന വാതിൽപ്പടികളുടെ ഇടയ്ക്ക് തീരെ ചെറിയ ചതുരക്കള്ളികൾ ഉണ്ടാവും. ആ കള്ളികളിൽ ഒരുപാടിടങ്ങളിൽ വരച്ചുകണ്ടിട്ടുള്ളത് ശ്രീകൃഷ്ണലീലകളാണ്. കാളിയമർദ്ദനം, ബകാസുരവധം, ഗോവർദ്ധനോദ്ധാരണം, നവനീതചോരൻ(വെണ്ണക്കള്ളൻ) തുടങ്ങിയ കഥകളുടെ

ചിത്രീകരണം ഓരോ കള്ളികളിൽ വരയ്ക്കുന്നു.

ദീപ ടീച്ചർ: 'മാഷേ എനിക്കൊരു സംശയം, ഇങ്ങനെ വരയ്ക്കുന്ന ചിത്രങ്ങളിലും ദേവീദേവന്മാർക്ക് പ്രത്യേക ദിക്ക് എന്നു നിയമമുണ്ടോ?

ഹരിമാഷ്: 'അതാണ് ഞാൻ പറയാൻ വരുന്നത്. ദിക്കുകൾക്കും ഈ കലയിൽ പ്രാധാന്യമുണ്ട്. ദിക്കുകളെക്കുറിച്ചു ബോധവാന്മാരായ പാരമ്പര്യചിത്രകാരന്മാരുടെ ചില ശീലങ്ങൾ നോക്കാം. ദക്ഷിണാമൂർത്തിയെ ഏതാണ്ടെല്ലാവരും തെക്കുവശത്തുതന്നെയാണ് വരയ്ക്കാറുള്ളത്. തെക്കുദിക്കിന്റെ പാലകനാണല്ലോ ദക്ഷിണാമൂർത്തി. പാണ്ഡവത്ത് ഇന്ദ്രനെ കിഴക്കുഭാഗത്തെ ഭിത്തിയിലാണ് വരച്ചിരിക്കുന്നത്. ഇന്ദ്രൻ കിഴക്കുദിക്കിന്റെ ദേവനാണ്. ശ്രീകോവിലിന്റെ സോപാനത്തിനിരുവശത്തും ഉള്ള ചിത്രങ്ങളിൽ ആ ക്ഷേത്രത്തിലെയോ സ്ഥാപിച്ച രാജകുടുംബത്തിന്റെയോ ദേവതാസങ്കല്പവുമായി ബന്ധപ്പെട്ട ചിത്രം വരയ്ക്കുന്ന പതിവും ചിലർ തുടർന്നുപോന്നു.

ഉദാഹരണത്തിന് തൊടീക്കളം ശിവക്ഷേത്രത്തിൽ കിഴക്കേഭിത്തിയിൽ ശിവന്റെയും നടരാജന്റെയും ചിത്രങ്ങൾ കാണാം. ഒപ്പം രാജകുടുംബത്തിന്റെ ദേവതമാരായ പോർക്കലി ഭഗവതിയും (കാളി) മൃദംഗശൈലേശ്വരിയും(ദുർഗ്ഗ) കാണാം. കോട്ടയ്ക്കൽ വെങ്കിട്ടത്തേവർ ശിവക്ഷേത്രത്തിൽ ചിത്രങ്ങളുടെ തുടക്കം ശിവകുടുംബമാണ്. പേരാമ്പ്ര എളമാരൻ കുളങ്ങര ഭഗവതിക്ഷേത്രത്തിൽ ഭഗവതിയുടെ ചിത്രമാണ് സോപാനത്തിനടുത്ത്.

എല്ലായിടത്തും അങ്ങനെയൊക്കെയാണെന്നല്ല. ചില ചുവർ ചിത്ര സങ്കേതങ്ങളിൽ തെളിച്ചം പോയ ചിത്രങ്ങൾ ഏതാണെന്നു കണ്ടുപിടിക്കാൻ ശ്രമിക്കുമ്പോൾ ചിലപ്പോൾ ചില ചിത്രകാരന്മാരുടെ രീതികൾ നമ്മുടെ സഹായത്തിനെത്തും. അത്രേയുള്ളൂ.'

11

നിറങ്ങൾക്കും അടയാളങ്ങൾക്കും പറയാനുള്ളത്

ഹരിമാഷ്: 'നമുക്കിനി ചുവർചിത്രങ്ങളിലെ നിറങ്ങളെക്കുറിച്ചു നോക്കാം. അതിനു മുൻപൊരു ചോദ്യം. നിറങ്ങൾക്ക് പ്രതീകസ്വഭാവമുണ്ട്. അതായത് ചില ആശയങ്ങളെ പ്രകടിപ്പിക്കാൻ സാധാരണ ജീവിതത്തിൽത്തന്നെ നമ്മൾ നിറങ്ങൾ ഉപയോഗിക്കാറുണ്ട്.

ആർക്കെങ്കിലും ഉദാഹരണങ്ങൾ പറയാമോ. ഞാൻ ഒരു ഗ്ലാസ് വെള്ളം കുടിച്ചിട്ടു വരുമ്പോഴേക്കും ആലോചിച്ചുവെക്കണം. കേട്ടോ?'

മാഷ് അകത്തേക്കു പോയതോടെ കുട്ടികൾ പരസ്പരം ചർച്ച തുടങ്ങി. ആ ചർച്ച അധികം നീളും മുൻപ് മാഷ് തിരികെയെത്തി. മാഷ് ചോദിച്ചു,

'എന്താ കിട്ടിയോ? ശരി, ആദ്യം ഞാനൊരു ചോദ്യം ചോദിക്കാം. കറുപ്പ് എന്തിന്റെ സൂചനയാണ്?'

പ്രണോയ്: 'മരണത്തിന്റെ.'

ഹരിമാഷ്: 'എങ്ങനെ? എന്തുകൊണ്ടാണ് അങ്ങനെ ഒരു ബന്ധം കറുപ്പു നിറത്തിനു നൽകുന്നത്?'

പ്രണോയ്: 'ഞങ്ങൾ താമസിക്കുന്നതിനടുത്ത് ഒരങ്കിൾ മരിച്ചപ്പോൾ പോസ്റ്റിൽ കറുത്ത കൊടി കെട്ടിയതോർമ്മിച്ചതാണ്.'

ഹരിമാഷ്: 'മിടുക്കൻ. കറുത്തനിറം മറ്റെന്തിനെയെങ്കിലും സൂചിപ്പിക്കുന്നുണ്ടോ? ഒന്നാലോചിച്ചു നോക്കൂ. ഇടയ്ക്കെപ്പോഴോ ഞാൻ കഥകളിയെക്കുറിച്ചു പറഞ്ഞിരുന്നല്ലോ.'

അപർണ്ണ: 'അതെ. കത്തിവേഷത്തിന്റെ കാര്യം പറഞ്ഞപ്പോൾ മാഷ് പറഞ്ഞിരുന്നു. ദുഷ്ടകഥാപാത്രങ്ങളുടെ വസ്ത്രം കറുപ്പല്ലേ?'

ഹരിമാഷ്: 'അതെ. അതുതന്നെ. അപ്പോ ശ്രീകൃഷ്ണന്റേതോ?'

നീതു: 'പച്ച.'

ഹരിമാഷ്: 'വെളുപ്പോ?'

മൃണാൾ: 'സമാധാനത്തിന്റെ'

ഹരിമാഷ്: 'അതെ. യുദ്ധത്തിന്റെ സമയത്തും മറ്റും പട്ടാളക്കാർ വെള്ളക്കൊടി ഉയർത്തുന്നത് സമാധാനത്തെ സൂചിപ്പിക്കാനാണ്. പക്ഷേ, മനുഷ്യൻ മരണത്തിനും ദുഖത്തിനും വെളുപ്പുനിറം നൽകാറുണ്ട്. പഴയകാലത്ത് ഭർത്താവുമരിച്ച സ്ത്രീ വെളുത്തവസ്ത്രം ധരിച്ചിരുന്നത് വിധവയാണെന്നു കാണിക്കാനായിട്ടാണ്. ദുഃഖത്തിന്റെ സൂചനയാണത്. പെട്ടെന്ന് ഓർമ്മവന്ന ഒരു കാര്യം പറയാം. സി.രാജഗോപാലാചാരി എന്നു കേട്ടിട്ടുണ്ടോ? ഇന്ത്യക്കു സ്വാതന്ത്ര്യം കിട്ടിയശേഷം ഇന്ത്യക്കാരനായ ആദ്യത്തെ ഗവർണർ ജനറൽ ആയിരുന്നു അദ്ദേഹം. അദ്ദേഹം കുട്ടിയായിരുന്നപ്പോൾ തമിഴ്നാട്ടിൽ വന്ന സ്വാമിവിവേകാനന്ദന്റെ ഒരു യോഗത്തിന് വീട്ടുകാർ കൊണ്ടുപോയിരുന്നു. വിവേകാനന്ദൻ പ്രഭാഷണത്തിനിടയ്ക്ക് ഒരു ചോദ്യം ചോദിച്ചു. എന്തുകൊണ്ടാണ് രാമനെപ്പോലെയുള്ള ദൈവങ്ങൾക്ക് നീലനിറമാണെന്നു പറയുന്നത്? രാജഗോപാലാചാരി പറ

ഞ്ഞു അനന്തതയുടെ നിറം നീലയായതുകൊണ്ട് എന്ന്. സ്വാമി കുട്ടിയെ അഭിനന്ദിച്ചു. വീണ്ടും ചോദിച്ചു. എന്തുകൊണ്ടാണ് അനന്തതയുടെ നിറം നീലയായത്? രാജഗോപാലാചാരി പറഞ്ഞു ആകാശത്തിന്റെ നിറം നീലയായതുകൊണ്ട് എന്ന്. വിവേകാനന്ദൻ കുട്ടിയെ മുക്തകണ്ഠം പ്രശംസിച്ചു. പിന്നീട് രാജഗോപാലാചാരി ഭാരതീയ പുരാണങ്ങൾ ലളിതമായ ഭാഷയിൽ സംഗ്രഹിച്ചെഴുതുകയൊക്കെയുണ്ടായി.'

മാഷ് തുടർന്നു,

'സത്വം, രജസ്സ്, തമസ്സ് എന്നീ മൂന്നു ഗുണങ്ങളെ അടിസ്ഥാനപ്പെടുത്തിയാണ് കഥകളിയിലും മറ്റും നിറങ്ങളുടെ വ്യവസ്ഥ നിശ്ചയിച്ചത്. ചുവർ ചിത്രങ്ങളിലും അതുതന്നെ. തികഞ്ഞ സാത്വിക മൂർത്തിയ്ക്കു പച്ച, രജോഗുണ മൂർത്തികൾക്കു ചുവപ്പ്, തമോഗുണമൂർത്തികൾക്കു ശൈവരീതിയിലാണെങ്കിൽ കറുപ്പ് വൈഷ്ണവ രീതിയിലാണെങ്കിൽ വെള്ള എന്നിങ്ങനെയാണ് നിറം കൊടുക്കാറുള്ളത്. കൃഷ്ണന്റെ ഗോപികമാരിൽ പ്രധാനി രാധയ്ക്കു വെളുത്തനിറമാണ് ചുവർ ചിത്രത്തിൽ നൽകുന്നത്. കാരണം രാധ കറുത്തനിറമുള്ളവളായിരുന്നു. ശ്രീരാമൻ, ശ്രീകൃഷ്ണൻ എന്നിവർക്ക് പച്ചയോ നീലയോ ഹരിതനീലയോ നിറം നൽകുന്നു. ഗണപതി, വരാഹമൂർത്തി, നരസിംഹം എന്നിവർക്ക് ചുവപ്പ് നൽകുന്നു. താണ്ഡവനൃത്തം ചെയ്യുന്ന ശിവൻ. ദക്ഷിണാമൂർത്തി എന്നിവർക്ക് വെളുത്തനിറമാണ് നൽകുക. മറ്റൊരു വർണ്ണം ഉള്ളത് സ്വർണ്ണനിറമാണ്. പാർവ്വതി, മഹാലക്ഷ്മി തുടങ്ങിയവർക്ക് സ്വർണ്ണവർണ്ണം നൽകിക്കാണുന്നു. കൈലാസാധിപതിയായി ശിവനെ വരയ്ക്കുമ്പോൾ സ്വർണ്ണനിറം നൽകാറുണ്ട്. അത് ഭാവത്തിന്റെ വ്യത്യാസം കൊണ്ടാണ്. ഭാവവും സമ്പ്രദായവും ചേർന്നാണ് ഭദ്രകാളിക്കു് കറുത്തനിറം എന്നു നിഷ്കർഷിക്കുന്നത്. സരസ്വതിയ്ക്ക് ചുവന്ന നിറം നൽകുമ്പോൾത്തന്നെ സരസ്വതിയുടെ മറ്റു ചില സങ്കൽപ്പങ്ങൾക്ക് വെള്ളനിറം നൽകുന്നു. കേരളത്തിൽ ശൈവവും വൈഷ്ണവവും ആയ വർണ്ണപദ്ധതികൾ ഇടകലർന്നു കാണാം.

വർണ്ണം പോലെ തന്നെ ചിത്രങ്ങളിലെ അടയാളങ്ങളും ചില സൂചനകൾ നൽകും. ഉദാഹരണത്തിന് നെറ്റിയിലെ ഗോപിക്കുറി എന്നത് വൈഷ്ണവ അടയാളമാണ്. തൃക്കണ്ണ് കണ്ടാൽ ശൈവ സൂചനയാണ്. ചിലയിടങ്ങളിൽ പുലിത്തോലിന്റെ ചെറിയ അടയാളം കണ്ടാൽ ശൈവമാണെന്ന് മനസ്സിലാകും.

ഗണപതിപൂജയിലെ ബ്രാഹ്മണന്റെ മുടിയിൽ മുൻകൂടുമായാണെ

ങ്കിൽ മലയാളബ്രാഹ്മണനും പിൻകുടുമയാണെങ്കിൽ പരദേശി ബ്രാഹ്മണനുമായിരിക്കും. എഴുന്നെള്ളിപ്പിന് പദ്മനാഭസ്വാമി ക്ഷേത്രത്തിൽ ഉപയോഗിക്കുന്ന തരം അലങ്കാരക്കുട കണ്ടാൽ ചിത്രം വരച്ചത് തിരുവിതാംകൂറിൽ നിന്നുള്ള ചിത്രകാരനാണെന്നു മനസ്സിലാകും. വസ്ത്രം കണ്ടാൽ ദേശം മനസ്സിലാക്കാം. കണ്ടാൽ വിഷ്ണുവിനെപ്പോലെ തോന്നിയാലും ഒരു കൈയിൽ കുളയട്ടയും മറു കൈയിൽ കുംഭവും കണ്ടാൽ അത് ധന്വന്തിരി ആണെന്നു തിരിച്ചറിയാം. അന്നപൂർണ്ണേശ്വരിയ്ക്കു ഒരു കൈയിൽ ഭക്ഷണം വിളമ്പുന്ന കോരിക ഉണ്ടാകും എന്നു നേരത്തെ പറഞ്ഞത് ഓർമ്മയുണ്ടല്ലോ? വായിൽ പാമ്പിനെ കടിച്ചുപിടിച്ചുകൊണ്ട് ഒരു ദേവനെ കണ്ടാൽ അത് അഘോരമൂർത്തിയാണെന്നുറപ്പിക്കാം. പന്തടിച്ചു നിൽക്കുന്ന മനോഹാരിയെക്കണ്ടാൽ അത് മോഹിനിയാണെന്നു മനസ്സിലാക്കണം. പന്ത് വെളുത്തതോ വെളുപ്പിൽ തലങ്ങും വിലങ്ങും വരകളുള്ളതോ ആയിരിക്കും. കൈയിൽ കരിമ്പിന്റെ വില്ലുമായി ഒരു ദേവിയെക്കണ്ടാൽ അത് ത്രിപുരസുന്ദരിയാണെന്ന് ധരിക്കുക. കാഞ്ചിയിലെ കാമാക്ഷി ക്ഷേത്രത്തിലെ ദേവതാസങ്കല്പം ത്രിപുരസുന്ദരിയുടേതാണ്. പാലമരത്തിൽ ചാരി ഒരു കൈയിൽ വാൽക്കണ്ണാടി പിടിച്ച് മറ്റേകൈകൊണ്ട് പൊട്ടുതൊടുന്ന ഭാവത്തിൽ സ്ത്രീരൂപം കണ്ടാൽ അത് മോഹനയക്ഷിയാണെന്ന് തിരിച്ചറിയാം.

ധ്യാനശ്ലോകങ്ങളും മറ്റും ആധാരമാക്കുന്നതുകാരണം ചില ചിത്രങ്ങൾ ആരു വരച്ചാലും ഒരേ പശ്ചാത്തലചിത്രീകരണം തന്നെയായിരിക്കും നടത്തുക. പ്രദോഷനൃത്തം അത്തരത്തിലൊന്നാണ്. അതിൽ മിഴാവ് കൊട്ടുന്നത് വിഷ്ണുവായിരിക്കും. കാളിയെ വേതാളപ്പുറത്തു കാണാം. വേതാളത്തിനെ വരയ്ക്കുന്നത് വരകളുള്ള നീണ്ട കളസം പോലെയുള്ള ശരീരം കൊണ്ടാണ്. നാടപോലെ നീണ്ടു മടക്കായി വരയ്ക്കുന്നു. ദേവേന്ദ്രനെ വരയ്ക്കുന്നത് ദേഹം മുഴുവൻ കണ്ണുകൾ ഉള്ളതായിട്ടാണ്. സഹസ്രാക്ഷൻ എന്നാണല്ലോ ഇന്ദ്രന്റെ അപരനാമം. ഇന്ദ്രനെ എളുപ്പം തിരിച്ചറിയാം. ഗരുഡാരൂഢ വിഷ്ണുവും അതുപോലെയൊരു ചിത്രമാണ്. അപ്പോൾ ഇന്നിത്രയും മതി. അടുത്തയാഴ്ച നമുക്ക് പാണ്ഡവത്തും ചെറിയപള്ളിയിലും പോയാലോ. പറ്റുമെങ്കിൽ തളിയിൽ ശിവക്ഷേത്രത്തിലും പോകാം. എല്ലാവരും തയ്യാറാണോ?'

കുട്ടികൾ പോകാൻ തയ്യാറാണെന്ന് സമ്മതം മൂളി. ഹരിമാഷ് അപ്പോൾ തന്നെ കോട്ടയം നാട്ടുക്കൂട്ടത്തിലെ പള്ളിക്കോണം രാജീവിനെ വിളിച്ചു. അദ്ദേഹം കൂടെ വരാമെന്ന് സന്തോഷത്തോടെ

സമ്മതിച്ചു. ധാരാളം കാര്യങ്ങൾ മാഷ് വിശദീകരിച്ചതിനാൽത്തന്നെ കുട്ടികൾ അതേക്കുറിച്ച് കുറച്ചുനേരം ചർച്ചചെയ്ത ശേഷമാണ് അവിടെനിന്നും മടങ്ങിയത്.

12
പാണ്ഡവം, ചെറിയപള്ളി

എല്ലാവരും രാവിലെ കുളിച്ച് നേരത്തേതന്നെ പുറപ്പെട്ടു പാണ്ഡവം ശാസ്താക്ഷേത്രത്തിലെത്തി. ക്ഷേത്രത്തിലേക്കു കയറുന്നതിനുമുമ്പുതന്നെ ഹരിമാഷ് കുട്ടികൾക്ക് പ്രാഥമികമായ നിർദ്ദേശങ്ങൾ കൊടുത്തു. ശാന്തിക്കാരനോട് അവരുടെ വരവിന്റെ ഉദ്ദേശ്യം അറിയിച്ചു.

ശാന്തിക്കാരൻ: 'പഠിക്കാനല്ലേ, നന്നായി. ആരെങ്കിലുമൊക്കെ ഇതൊക്കെ ഒന്നു കാണുകേം പഠിക്കുകേം ചെയ്യുന്നതു നല്ലതു തന്നെ. തൊടുകേം ഒന്നും പാടില്ല കേട്ടോ. ചിത്രങ്ങൾ നശിക്കാതെ നോക്കേണ്ടത് നമ്മളല്ലേ? മാഷ് ശ്രദ്ധിച്ചോളൂ. പോകാൻനേരം പറയൂ, പായസം തരാം. കുട്ട്യോള് മധുരം കഴിക്കട്ടെ.'

ഹരിമാഷ്: 'ഉവ്വ്. കുട്ടികളോട് അതൊക്കെ പറഞ്ഞിട്ടുണ്ട്. നല്ല കുട്ടികളാ. ബുദ്ധിമുട്ടിക്കില്ല.'

പിന്നെ മാഷ് കുട്ടികളോടായിപ്പറഞ്ഞു, 'ഇവിടെ ചതുരത്തിലുള്ള ശ്രീകോവിലാണ്. നമുക്ക് ആദ്യം സോപാനത്തിന്റെ ഇടതുവശത്തു നിന്നുതന്നെ തുടങ്ങാം. ഇത് കിഴക്കുവശമാണ് അറിയാമല്ലോ? നിങ്ങൾക്ക് സ്വയം കണ്ടുപിടിക്കാൻ അൽപ്പം ബുദ്ധിമുട്ടുള്ള ചിത്രമാണ് ആദ്യം. കേരളത്തിലെ അപൂർവ്വമായ ഒരു ചിത്രമാണ്. നോക്കൂ ..... സ്വയം കലശം നടത്തുന്ന ദേവേന്ദ്രൻ. അമൃതകലശമാണ്. ദേ, താഴെ നോക്കൂ ഒരാനയുടെ തല കാണിച്ചിട്ടുള്ളതുകൊണ്ട് ഐരാവതപ്പുറത്താണ് എന്ന് സങ്കല്പം. മാഷ് വേറെയെവിടെയോ ഒരിടത്തേ കലശം നടത്തുന്ന ഇന്ദ്രനെ കണ്ടിട്ടുള്ളൂ. ഇളങ്കുന്നപ്പുഴയിലാണെന്നു തോന്നുന്നു. അടുത്തത് നോക്കാം. ഇത് രാജാവാണ്. കേരളത്തിലെ രാജാക്കന്മാരിൽ പലർക്കും മുൻകുടുമ കാണാം. ഇതിലിപ്പോ കാതിൽ കടുക്കനും കൈയിൽ വീരശൃംഖലയുമുണ്ട്. രണ്ടു സേവകന്മാരെയും കാണാം.'

കുട്ടികൾ മാഷ് പറഞ്ഞത് സൂക്ഷ്മമായി നോക്കിക്കണ്ടു. മാഷ് തുടർന്നു,

'ഇനി പ്രദക്ഷിണമായി പോകുമ്പോൾ തെക്കുവശത്തെ ഭിത്തി

യിലെ ചിത്രങ്ങൾ നോക്കാം. കേരളത്തിൽ വ്യാപകമായി കാണുന്ന ചിത്രങ്ങളാണ് ഈ വശത്തുള്ളത്. ആദ്യം, നൃത്തം ചെയ്യുന്ന ശിവൻ. നടരാജൻ. താണ്ഡവമാണ്. ഈ ചിത്രത്തിൽ ത്രിശൂലം താഴോട്ടാക്കിയാണ് വരച്ചിട്ടുള്ളത്. ചില ചിത്രകാരന്മാർ അത് നേരേ പിടിക്കുന്നരീതിയിൽ വരയ്ക്കാറുണ്ട്. നിത്യവും കൈലാസത്തിൽ ലോകക്ഷേമത്തിനും വിനോദത്തിനും വേണ്ടി പരമേശ്വരൻ നൃത്തം ചെയ്യുന്നു എന്ന പുരാണസങ്കൽപ്പത്തിന്റെ ചിത്രീകരണമാണിത്. പിന്നെയുള്ളത് വേണുഗോപാലകൃഷ്ണൻ. മുരളികയൂതുന്ന കൃഷ്ണൻ. ചിത്രകാരന്മാർ അവരുടെ ഭാവനകൂടി ചേർത്താണ് പശ്ചാത്തലം വരയ്ക്കുന്നത്. വൃക്ഷങ്ങൾ, മൃഗങ്ങൾ, പക്ഷികൾ എന്നിവയൊക്കെ കാണും. ഒപ്പം ഗോപികമാരും കണ്ടേയ്ക്കാം. ഗോകുലത്തെ സൂചിപ്പിക്കാൻ ഗോക്കളെ വരച്ചിരിക്കുന്നത് കണ്ടോ? അടുത്തത് ഗണപതി പൂജ. ഇതിന്റെ വിശദാംശങ്ങൾ നോക്കിക്കോളൂ. ഞാൻ മുൻപ് കുറെയൊക്കെ പറഞ്ഞുതന്നിട്ടുണ്ടല്ലോ. അതിൽ പൂജാസാധനങ്ങൾ കൊണ്ടുപോകുന്ന ഒരാൾ പരദേശി ബ്രാഹ്മണനാണെന്ന് അന്ന് ഞാൻ പറഞ്ഞില്ലേ. ഇതാ നോക്കൂ പൂണൂലിന്റെ കട്ടി കണ്ടിട്ടാണ് അത് മനസ്സിലാക്കുക. മലയാള ബ്രാഹ്മണരുടെ പൂണൂലിന് ഇത്ര വണ്ണമില്ല.'

ചിത്രം നോക്കുന്നതിനിടയിൽ മൃണാളിന്റെ ഗൂഢമായ ചിരി കണ്ടപ്പോൾ മാഷ് കാരണം തിരക്കി. മൃണാൾ മറ്റാരും കാണുന്നില്ല എന്നുറപ്പിച്ചശേഷം വിരൽ ചൂണ്ടി. മാഷും ചിരിച്ചു. ഗണപതിപൂജയ്ക്ക് വാഴക്കുല കൊണ്ടുപോകുന്ന ആളിന്റെ കോണകം സ്ഥാനം തെറ്റിക്കിടക്കുന്നു. ചിത്രകാരന്മാരുടെ ചില കുസൃതികളിൽ പെടുന്നതാണ് അതെന്ന് മാഷ് പറഞ്ഞു. മാത്രവുമല്ല ഈ ചിത്രങ്ങൾ ആരാധനയ്ക്കുള്ളതല്ല, പുരാണപരിചയത്തിനായി കാണാൻ വേണ്ടിയുള്ളതാണ് എന്നതിന്റെ തെളിവുകൂടിയാണ് ഇത്തരം കുസൃതികൾ. ഇത്രയുമില്ലെങ്കിലും ഒരു കുസൃതി തൃശൂർ ജില്ലയിലെ ത്രിചക്രപുരത്തും ഉണ്ട് എന്നും മാഷ് സൂചിപ്പിച്ചു. മാഷ് വീണ്ടും ചിത്രങ്ങളിലേക്കു കുട്ടികളുടെ ശ്രദ്ധ തിരിച്ചു.

'അടുത്തത് വേട്ട ശാസ്താവ്. ഈ സന്ദർഭത്തിലുള്ള ശാസ്താവിനെ കുതിരപ്പുറത്ത് ഇരിക്കുന്നതായാണ് വരയ്ക്കാറുള്ളത്. പരിചാരകർ കൂടെക്കാണും. മൃഗങ്ങളെ കെണിവെയ്ക്കാൻ വല ഉണ്ടാവും. പലതരം മൃഗങ്ങളെ ചിത്രീകരിക്കും. പരിചാരകർ ഓരോ പ്രവൃത്തിയിലായിരിക്കും. കുന്തം പിടിച്ചിട്ടുള്ളവരുണ്ടാകും. അങ്ങനെയങ്ങനെ. ചിത്രകാരന്റെ ജ്ഞാനം വെളിവാകുന്ന ഒരു കാര്യം

കുതിരയുടെ രൂപമാണ്. നല്ല കുതിരയുടെ ലക്ഷണങ്ങൾ അറിയാവുന്ന ചിത്രകാരൻ വരച്ചാൽ ചിത്രത്തിന് മിഴിവേറും. ശാസ്താവിന് ഹരിതനീലനിറമാണ് നൽകിയിട്ടുള്ളത്. ഒരു കൈയിൽ കുന്തമുണ്ട്. മറ്റേക്കൈയിൽ ചമ്മട്ടി. ഒരു സേവകൻ കടുവയുടെ വായിൽ കുന്തമിറക്കുന്നതുകണ്ടോ. കാട്ടുവാസിയുടെ കൈയിൽ പിടിച്ചിരിക്കുന്നതെന്താണെന്നു മനസ്സിലായോ. അതാണ് ഉടുമ്പ് എന്ന ജീവി. വടക്കൻ പാട്ടുകളിൽ കോട്ട കയറാൻ ആരോമൽ ചേകവരൊക്കെ ഇതിനെയാണ് ഉപയോഗിക്കുന്നത്. ഇതിന്റെ അരയിൽ കയറുകെട്ടി കോട്ടയ്ക്കുമുകളിലേക്കെറിയും. നല്ല അള്ളിപ്പിടുത്തമാണ് ഉടുമ്പിന്. അതുകൊണ്ട് കയറിൽ തൂങ്ങി കയറാം. താഴെവീഴില്ല. എത്ര മൃഗങ്ങൾ ഉണ്ടെന്നു നോക്കൂ. നീതൂ, എണ്ണിക്കോളു. ചിത്രത്തിൽ തൊടാതെ എണ്ണണം കേട്ടോ.'

കുട്ടികൾ എണ്ണി. ഒരാൾക്ക് പത്തെണ്ണം കിട്ടി. മറ്റൊരാൾക്ക് പന്ത്രണ്ട്. വാസ്തവത്തിൽ പതിമൂന്നെണ്ണമുണ്ട്. തുടർന്ന് കുട്ടികൾ ഭൈരവൻ, യോഗനരസിംഹം, ഗോശാലകൃഷ്ണൻ, സുബ്രഹ്മണ്യൻ, വിഷ്ണു, ഗരുഡപ്പുറത്തെ വിഷ്ണു, പാർവ്വതിയുടെ രണ്ടു ചിത്രങ്ങൾ എന്നിവ വിശദമായി നോക്കിക്കണ്ടു. സുബ്രഹ്മണ്യൻ കഴിഞ്ഞുവരുന്ന ചിത്രം വിഷ്ണു, ലക്ഷ്മിയെ മടിയിൽ വെച്ചിരിക്കുന്നതായിരുന്നു. ലക്ഷ്മീധരവിഷ്ണുവെന്നാണ് അതിനെ വിളിക്കുക എന്ന് മാഷ് പറഞ്ഞുകൊടുത്തു. സ്വയംവര പാർവ്വതിയും പർവ്വതീപരിണയവും തമ്മിലെ വ്യത്യാസവും കുട്ടികൾക്ക് ബോദ്ധ്യമായി. പിന്നെയുണ്ടായിരുന്ന ചിത്രം അപൂർവ്വമായി കാണുന്ന ഒന്നായിരുന്നു. ആനപ്പുറത്തെ ഐശ്യര്യ ശാസ്താവ്.

ഇതിനിടയിൽ ചിത്രം വരച്ചയാൾ തന്റെ ഗുരുവിന്റെ പേരുകൂടി ചേർത്ത് സ്വന്തം പേര് എഴുതിയത് പ്രണോയ് കണ്ടെത്തി വിളിച്ചു പറഞ്ഞു. മാഷ് മനഃപൂർവ്വമാണ് അത് ആദ്യം പറയാത്തത്. ആരെങ്കിലും കണ്ടുപിടിക്കുന്നെങ്കിൽ കണ്ടുപിടിക്കട്ടെ എന്ന് വിചാരിച്ചതാണ്. മാഷ് പ്രണോയിയെ അഭിനന്ദിച്ചു. കൈക്കോട്ട നമ്പൂതിരിയുടെ ശിഷ്യനും വേദം വാദ്ധ്യാരുടെ മകനുമായ നാരായണ പട്ടർ എന്നാണ് എഴുതിയിട്ടുള്ളത്.

ഹരിമാഷ്: 'ആർക്കെങ്കിലും ഒന്നുകൂടി ഏതെങ്കിലും ചിത്രം എളുപ്പം നോക്കാനുണ്ടെങ്കിൽ നോക്കിക്കോളൂ. നമ്മൾ ഇറങ്ങുകയാണ്.' മാഷ് എല്ലാവരോടുമായിപ്പറഞ്ഞു.

അപർണ്ണ വേട്ടശാസ്താവിന്റെ ചിത്രം ഒന്നുകൂടി നോക്കിവന്നു. സാരംഗി ഗണപതിപൂജയുടെ ചിത്രം ശ്രദ്ധിച്ചു നിന്നു. പാണ്ഡവ

ത്തെ സഫലമായ സന്ദർശനം കഴിഞ്ഞ് എല്ലാവരും ഇറങ്ങി. ദീപ ടീച്ചർ കുട്ടികൾക്കുള്ള പായസം വാങ്ങി കൈയിൽ പിടിച്ചിരുന്നു. പുറത്ത് കൈകഴുകാൻ വെള്ളം കിട്ടുന്നിടത്തു നിന്ന് എല്ലാവരും പായസം കഴിച്ചു. പിന്നെ തളിക്ഷേത്രത്തിലേയ്ക്ക് തിരിച്ചു. അഞ്ചു കിലോമീറ്ററേ ഉള്ളൂ അവിടേക്ക്.

13
അയ്യോ! ഇതെന്തുപറ്റി?

പത്തുപതിനഞ്ചു മിനിറ്റുകൾ കൊണ്ട് തളിക്ഷേത്രത്തിലെത്തി. മാഷ് വിളിച്ചുപറഞ്ഞതു പ്രകാരം പള്ളിക്കോണം രാജീവ് അവിടെയെത്തിയിരുന്നു. പതിനൊന്നരയാവുമ്പോൾ ക്ഷേത്രം അടയ്ക്കും. അതിനു മുൻപ് കണ്ടുതീർക്കണം എന്നു വിചാരിച്ചാണ് പോയത്. പക്ഷേ, അവിടെച്ചെന്നപ്പോഴാണ് ചിത്രങ്ങളെല്ലാം കുട്ടികൾക്കു മനസ്സിലാക്കാൻ പറ്റാത്തവിധം മാഞ്ഞുപോയിരിക്കുന്നു എന്നു കണ്ടത്. അതോടെ. എല്ലാവരും നിരാശയിലായി.

ഹരിമാഷ്: 'രാജീവേ. കുട്ടികൾക്ക് ഇത് മനസ്സിലാക്കാൻ തത്ക്കാലം ബുദ്ധിമുട്ടായിരിക്കും. ഇതാകെ നശിച്ചുപോയല്ലോ?'

പള്ളിക്കോണം രാജീവ്: 'ചുവർചിത്രങ്ങളെക്കുറിച്ച് പഠിക്കുമ്പോൾ അതിന്റെ സംരക്ഷണത്തെക്കൂടി മനസ്സിലാക്കുന്നത് നല്ലതല്ലേ. ഇവിടുത്തെ ചിത്രങ്ങൾ കാണുമ്പോൾ അവർക്ക് അതിന്റെ ആവശ്യകത മനസ്സിലാകും. അതു കൊണ്ടാണ് ചിത്രങ്ങൾ മനസ്സിലാക്കാൻ പറ്റാത്തവിധം മങ്ങിയെങ്കിലും കുട്ടികൾ വന്ന് കാണട്ടെയെന്നു വിചാരിച്ച് വരാൻ പറഞ്ഞത്.'

ഹരിമാഷ്: 'എന്നാൽ നമുക്കൊരു കാര്യം ചെയ്യാം. പടിഞ്ഞാറേ മതിൽക്കെട്ടിന്റെ വെളിയിൽ കൂടാം. ചുവർചിത്രങ്ങളുടെ നാശത്തെക്കുറിച്ചും സംരക്ഷണത്തെക്കുറിച്ചും കുട്ടികളോട് പറയാം. അതു കഴിഞ്ഞ് ചെറിയപള്ളിയിൽ പോകാം. എന്താ?'

പള്ളിക്കോണം രാജീവ്: 'പിന്നെന്താ. ഞാനും ചുവർചിത്ര സംരക്ഷണത്തിന്റെ സഹായത്തിനായി പലരോടും സംസാരിച്ചുകൊണ്ടിരിക്കുകയാണ്.'

എല്ലാവരും ക്ഷേത്രത്തിന്റെ പടിഞ്ഞാറുഭാഗത്ത് ഒത്തുകൂടി. ഹരിമാഷ് പറഞ്ഞുതുടങ്ങി.

'ചിത്രങ്ങൾ വരയ്ക്കുമ്പോൾ ദീർഘകാലം നിലനിൽക്കാനായി എന്തൊക്കെയാണ് ചെയ്യുന്നതെന്ന് മുൻപൊരിക്കൽ പറഞ്ഞിരുന്നത്

ചുവരും ചിത്രങ്ങളും

എല്ലാവർക്കും ഓർമ്മയുണ്ടല്ലോ? ഇതൊക്കെയാണെങ്കിലും ചിത്രങ്ങൾക്ക് കാലപ്പഴക്കംകൊണ്ട് മങ്ങലുംനാശവും സംഭവിക്കാം. വെയിൽ, മഴ, ക്ഷേത്രത്തിലെ പുകയുംകരിയും, പൊടിക്കാറ്റ് തുടങ്ങിയവ കൊണ്ട് ചിത്രങ്ങൾക്ക് മങ്ങലേൽക്കാം. അതുപോലെ ക്ഷേത്രങ്ങൾ വരുമാനമില്ലാത്ത ബുദ്ധിമുട്ടിലാകുമ്പോൾ മേൽക്കൂര നന്നാക്കാൻ കഴിയാതെ മഴക്കാലത്ത് ചോർച്ചയുണ്ടായി ഭിത്തിയിലൂടെ വെള്ളം ഒലിച്ചിറങ്ങി ചിത്രങ്ങൾ നശിക്കാം. ചിത്രങ്ങൾ വരച്ചകാലത്ത് വരച്ച പ്രതലം തയ്യാറാക്കിയതിലോ ചായക്കൂട്ടു തയ്യാറാക്കിയതിലോ ഒടുവിൽ പശ തേച്ചതിലോ പിഴവു സംഭവിച്ചിട്ടുണ്ടെങ്കിലും ചിത്രങ്ങൾക്കു മങ്ങലോ കേടുപാടോ സംഭവിക്കാം. ഭിത്തി നിർമ്മാണം നടന്നപ്പോഴുള്ള അപാകതയും കാരണമാണ്. പ്രതലം നന്നായി ചെയ്താലും കാര്യമില്ലല്ലോ. മോശം പെട്ടിക്ക് നല്ല പിടി വെച്ചിട്ടെന്താ കാര്യം? രാജീവെന്തു പറയുന്നു?'

പള്ളിക്കോണം രാജീവ്: 'ഹരീ, ഞാൻ ഈ ക്ഷേത്രത്തിലെ ചിത്രങ്ങളുടെ നാശത്തിന് മനുഷ്യരുടെ സംഭാവനയെക്കുറിച്ചു പറയാമെന്നു വിചാരിക്കുകയാണ്. ഞാൻ പറഞ്ഞു മടുത്ത വിഷയമാണ്. എങ്കിലും കുട്ടികളോടാവുമ്പോൾ ഒരു പ്രതീക്ഷയെങ്കിലുമുണ്ട്.'

ഹരിമാഷ്: 'നന്നായി രാജീവേ. ആ വിഷയം പറഞ്ഞോളൂ. കുട്ടികൾ കേൾക്കട്ടെ. മാറ്റങ്ങൾ ഉണ്ടാവട്ടെ.'

പള്ളിക്കോണം രാജീവ്: 'ഇനി പള്ളീലും കൂടി പോകാനുള്ളതുകൊണ്ട് ഞാൻ ചുരുക്കത്തിൽ പറയാം. ചിത്രങ്ങൾ മനുഷ്യർ നശിപ്പിക്കുന്നത് പ്രധാനമായും മൂന്നു തരത്തിലാണ്. ഒന്ന് അവഗണിച്ചുകൊണ്ട് നശിക്കാൻ അനുവദിക്കുന്നു. രണ്ട് വിവരക്കേടുകൊണ്ട് നശിപ്പിക്കുന്നു. മൂന്ന് മറ്റൊരുതരത്തിലുള്ള വിവരക്കേട് കൊണ്ട് നശിപ്പിക്കുന്നു. വിശദമാക്കാം. ഒന്നാമത്തേത് നമ്മുടെ സാംസ്കാരിക പൈതൃകത്തിന്റെ ഭാഗമായ ചുവർചിത്രങ്ങളെ അതിന്റെ പ്രാധാന്യവും പഴക്കവും ഗൗനിക്കാതെ സംരക്ഷിക്കപ്പെടേണ്ടതാണെന്ന ബോധം ഇല്ലാതെ അവഗണിക്കുന്നു. അധികാരികൾ അവഗണിക്കുന്നു. മേൽക്കൂര പൊട്ടി മഴവെള്ളം ഒലിച്ചിറങ്ങിയും പുകയും കരിയും പുരണ്ടും ഭിത്തിയിൽ ആണിയടിച്ചുമൊക്കെ ചിത്രങ്ങൾ നശിക്കുന്നത് അങ്ങനെയാണ്.

ഇനി രണ്ടാമത്തേത് വിവരക്കേടുകൊണ്ട് എന്നു പറഞ്ഞത് മനുഷ്യരുടെ ചരിത്രബോധമില്ലാതെയുള്ള പെരുമാറ്റമാണ്. നമ്മുടെ ടൂറിസ്റ്റ് കേന്ദ്രങ്ങളിൽ പോയാൽ കാണുന്ന ഒരു കാര്യമുണ്ടല്ലോ. അവിടുത്തെ സ്മാരകങ്ങളിലും എന്തിനേറെ പാറക്കെട്ടിലും മതി

ലുകളിലും പേരും ചീത്തവാക്കുകളും എഴുതിവെച്ചിരിക്കുന്നതു കണ്ടിട്ടില്ലേ. അതൊക്കെ പൊതുസ്വത്താണെന്നും സംരക്ഷിക്കാൻ നമുക്കു ബാദ്ധ്യതയുണ്ടെന്നും ഉള്ള തോന്നൽ പലർക്കും ഉണ്ടാകുന്നില്ല. ചുവർചിത്രങ്ങളിലും അത്തരം ആൾക്കാരുടെ കരവിരുതു കാണാം. അടുത്തത് ക്ഷേത്രങ്ങളിലെ ഈ ചിത്രങ്ങൾ എന്തിനുള്ളതാണ് എന്നറിയാതെ അതിനെ ആരാധനാപൂർവ്വം കാണുന്നവരാണ്. ശുദ്ധൻ ദുഷ്ടന്റെ ഫലം ചെയ്യും എന്നൊരു ചൊല്ലുണ്ടല്ലോ, അതുപോലെയാണ്. മറ്റേക്കൂട്ടർക്ക് അവഗണനയാണെങ്കിൽ ഇവർക്ക് അമിത പരിഗണനയാണ്. അവർ ചിത്രത്തിലെ ദേവന്മാരെ തൊട്ടുതൊഴും. ചിത്രത്തിനു താഴെ കർപ്പൂരം കത്തിക്കും. ചന്ദനം തൊടീക്കും. അങ്ങനെയങ്ങനെ.'

ഹരിമാഷ്: 'അതെ, ഈ ചിത്രങ്ങൾ ആരാധനയ്ക്കുള്ളതല്ല. രണ്ടു ലക്ഷ്യങ്ങളാണിവയ്ക്ക്. ഒന്ന്: സാധാരണജനങ്ങളെ പുരാണങ്ങളിലേയ്ക്ക് അടുപ്പിക്കുക എന്ന ലക്ഷ്യം. രണ്ട്: ധ്യാനശ്ലോകങ്ങളുടെ ചിത്രീകരണം വഴി ഭക്തിഭാവം ഉണർത്തുക. ആരാധനയ്ക്കായിരുന്നെങ്കിൽ പാണ്ഡവം ക്ഷേത്രത്തിൽ മൃണാൾ കണ്ട കാഴ്ച്ച ചിത്രകാരൻ വരയ്ക്കുമോ?'

മറ്റുള്ളവർക്ക് മനസ്സിലായില്ല. മൃണാൾ അടക്കിയ ശബ്ദത്തിൽ കാര്യം പറഞ്ഞു. എല്ലാവരും ചിരിച്ചു. രാജീവിന് ഹരിമാഷ് കാര്യം പറഞ്ഞുകൊടുത്തു. രാജീവും പുഞ്ചിരിച്ചു.

ഹരിമാഷ് തുടർന്നു, 'മറ്റൊരു വിഷയം കൂടിയുണ്ട്. ചുവർചിത്രങ്ങളെ സംരക്ഷിക്കണം എന്നു പറയുമ്പോൾ സംരക്ഷണം എന്നാൽ എന്താണെന്ന് കൃത്യമായ അറിവില്ലെങ്കിൽ ഗുണത്തേക്കാൾ ദോഷം ചെയ്യും. അതിലും പല വിഷയങ്ങളുണ്ട്. ഒന്ന് സംരക്ഷണം എന്ന സങ്കല്പം എന്താണ് എന്നതാണ്. മാഞ്ഞു തുടങ്ങിയ ചിത്രങ്ങളെ പൂർണ്ണമായും പുതിയതായി നിറം കൊടുക്കുകയാണോ വേണ്ടത്? അതിൽ കാര്യമില്ല. അതോടെ യഥാർത്ഥ ചിത്രത്തിന്റെ സ്വഭാവം നഷ്ടപ്പെടും. പിന്നെയവിടെയുള്ളത് പഴയചിത്രമല്ല. മറ്റൊരബദ്ധം ചിലയിടങ്ങളിൽ കാണിച്ചിട്ടുണ്ട്. കോട്ടയം ജില്ലയിൽ തന്നെ ഒരു ക്ഷേത്രത്തിൽ പഴയ ചിത്രങ്ങളെ മുഴുവൻ മാറ്റി അതേ സ്ഥാനത്ത് അതേ ചിത്രങ്ങൾ ചുവർചിത്രരചന പഠിച്ച ഒരാൾ വരച്ചുവെച്ചിട്ടുണ്ട്. അതിൽ രണ്ടബദ്ധങ്ങളുണ്ട്. ഒന്നാമത് പഴയ ചിത്രം നശിച്ചതോടെ പുരാവസ്തുമൂല്യം പൂർണ്ണമായും നഷ്ടപ്പെടുന്നു. രണ്ട് ആദ്യം വരച്ച ചിത്രത്തിന്റെ ചെറിയ ചെറിയ വിശദാംശങ്ങൾ പുതിയ രചനയിൽ നഷ്ടപ്പെടുന്നു. വാസ്തവത്തിൽ അതിന്റെ പേര് സംരക്ഷണം

എന്നല്ല. നെയ്യാറ്റിൻകരക്ഷേത്രത്തിലും അതുതന്നെ സംഭവിച്ചിട്ടുണ്ട്. കഴിഞ്ഞദിവസം സംസ്ഥാന പുരാവസ്തു വകുപ്പിന്റെ തലവനായിരുന്ന ഡോ. ഹേമചന്ദ്രൻ സാറിനെ വിളിച്ചിരുന്നു. അദ്ദേഹം പറഞ്ഞ കാര്യങ്ങളാണ് ഞാൻ പറയുന്നതിൽ പലതും. മറ്റൊരബദ്ധം കാണിക്കുന്നത് ചുവർചിത്രങ്ങളുടെ സ്വാഭാവിക ചായവുമായി ബന്ധമില്ലാത്ത അക്രിലിക് ചായങ്ങൾ കൊണ്ടോ സാധാരണ പെയിന്റ് കൊണ്ടോ ഒക്കെ പഴയചിത്രങ്ങളിൽ വീണ്ടും ചായം തേയ്ക്കുക എന്നതാണ്.'

പ്രണോയ്: 'ശരിക്കും സംരക്ഷണം എന്ന വാക്കിന്റെ അർത്ഥമെന്താണ്? അതെങ്ങനെയാ ചെയ്യുന്നത്?'

ഹരിമാഷ്: 'ഹേമചന്ദ്രൻ സാർ പറഞ്ഞത് രണ്ടു വാക്കുകളാണ്. എഴുതിയിട്ടോളൂ. ഒന്ന്. പ്രിസർവേഷൻ, രണ്ട്. കൺസെർവേഷൻ. രണ്ടിന്റേയും അർത്ഥം രണ്ടാണ്. ശ്രദ്ധിച്ചു കേൾക്കണം. പ്രിസർവേഷൻ എന്നാൽ ഉണ്ടായിരുന്ന ചിത്രം അതേപോലെ നിലനിർത്തുക എന്നതാണ്. അതിന് അത്യാവശ്യം വേണ്ട കാര്യങ്ങൾ മാത്രം ചെയ്യുക. എന്നാൽ കൺസെർവേഷൻ എന്നാൽ കുറച്ചുകൂടി വിപുലമായ അർത്ഥമാണുള്ളത്. അതിൽ പഴയ ഒന്നിനെ തകർച്ചയിൽ നിന്നു രക്ഷിച്ച് നഷ്ടപ്പെട്ട ഭാഗങ്ങൾ പുനഃസൃഷ്ടിച്ച് സംരക്ഷിക്കുക എന്ന അർത്ഥമാണുള്ളത്. കോട്ടകളും കെട്ടിടങ്ങളുമൊക്കെ ചിലപ്പോൾ അങ്ങനെ സംരക്ഷിക്കേണ്ടി വരും. എന്നാൽ ചുവർചിത്രങ്ങളുടെ കാര്യത്തിൽ വേണ്ടത് പ്രിസർവേഷനാണ്.'

അപർണ: 'ഒന്നും ചെയ്യാതെ എങ്ങനെയാണ് പ്രിസെർവ് ചെയ്യുക?'

ഹരിമാഷ്: 'നല്ല ചോദ്യം. ഒന്നും ചെയ്യാതെ എന്നല്ല. നേരത്തേ പറഞ്ഞല്ലോ അത്യാവശ്യക്കാര്യങ്ങൾ ചെയ്തുകൊണ്ട് എന്ന്. അതിന്റെ പിറകിലെ ആശയം എന്നുപറയുന്നത് നൂറ്റാണ്ടുകൾക്കു മുൻപ് ചിത്രം വരച്ചയാളിന്റെ സ്വത്താണ് ഈ ചിത്രങ്ങൾ എന്നും അതിൽ കൂട്ടിച്ചേർത്താൽ പിന്നെ അതിന്റെ സ്വത്വം അഥവാ തനിമ നശിക്കുമെന്നുമുള്ള പോയിന്റാണ്. പ്രിസർവേഷൻ എങ്ങനെയെന്ന് നോക്കാം. ഉദാഹരണത്തിന്, ചിത്രഭാഗങ്ങളിൽ കരിപിടിച്ചിട്ടുണ്ടെങ്കിൽ ശാസ്ത്രീയമായി ഏതെങ്കിലും ദ്രാവകം ഉപയോഗിച്ച് കരി മാത്രം നീക്കുക. ഏതെങ്കിലും ഭാഗത്തെ കുമ്മായം പൊള്ളി അടർന്നു നിൽക്കുകയാണെങ്കിൽ അതിന്റെ അടിയിലേക്ക് സവിശേഷമായ പശ ഇൻജെക്ട് ചെയ്തു കൊടുത്തുകൊണ്ട് ആ ഭാഗം അടർന്നുപോകാതെ നോക്കുക. ചിത്രങ്ങളുടെ ചിലഭാഗങ്ങൾ അതി

നകം നഷ്ടപ്പെട്ടിട്ടുണ്ടെങ്കിൽ ആ ഭാഗം വീണ്ടും വരച്ചുചേർക്കാതെ ഒരു സംരക്ഷണ കോട്ടിങ് മാത്രം നൽകുക. നഷ്ടപ്പെട്ട ഭാഗം തീരെ ചെറുതാണെങ്കിൽ അവിടെ എന്തായിരുന്നുവെന്ന് നല്ല നിശ്ചയമുണ്ടെങ്കിൽ റിവേഴ്സിബിൾ ആയ, അതായത് പിന്നീട് വേണ്ടെന്നു തോന്നിയാൽ മാറ്റാൻ കഴിയുന്ന ചായം കൊണ്ടുമാത്രം അത് വരച്ചുചേർക്കുക, മൊത്തം ചിത്രത്തെ സംരക്ഷണ കവചം പോലെ സവിശേഷമായ പശകൊണ്ട് ഉറപ്പിച്ചു നിർത്തുക. ഇതൊക്കെയാണ് ചുരുക്കത്തിൽ പ്രിസർവേഷൻ എന്നു പറയുന്നത്.'

അപർണ: 'അത് നിയമമമാണോ?'

ഹരിമാഷ്: 'വീണ്ടും നല്ല കിടിലൻ ചോദ്യങ്ങളാണല്ലോ. താങ്ക്യു അപർണ. പൈതൃക സംരക്ഷണത്തിനായി ലോകമെമ്പാടും ശ്രമങ്ങൾ നടക്കുന്നുണ്ട്. പൈതൃകത്തെ ഏതെങ്കിലും നാടിന്റെ മാത്രം സ്വത്തായിട്ടല്ല അന്താരാഷ്ട്ര സമൂഹം കാണുന്നത്. മറിച്ച് മനുഷ്യരാശിയുടെ സ്വത്തായിട്ടാണ്. അതുകൊണ്ട് ഐക്യരാഷ്ട്രസംഘടന അത്തരം കാര്യങ്ങളൊക്കെ പഠിക്കുകയും സംരക്ഷണത്തിന് സ്വീകരിക്കേണ്ട മാർഗ്ഗങ്ങളേയും മാനദണ്ഡങ്ങളെയും കുറിച്ച് നിർദ്ദേശങ്ങൾ പ്രഖ്യാപിക്കുകയും ചെയ്യാറുണ്ട്. ഐക്യരാഷ്ട്ര സംഘടനയുടെ യുനെസ്കോ എന്ന സംവിധാനമാണ് ഇതിന്റെ നടപടികൾ കൈക്കൊള്ളുന്നത്. അവരെ സഹായിക്കാനും മറ്റും ചില സംഘടനകളെ നിശ്ചയിക്കുകയും പതിവുണ്ട്. ഇന്റർനാഷണൽ കൗൺസിൽ ഓൺ മോണുമെന്റ്സ് ആൻഡ് സൈറ്റ്സ് എന്നത് അതുപോലൊരു സംഘടനയാണ്. ഇവരൊക്കെ ചേർന്ന് നിശ്ചയിക്കുന്ന പൊതുമാനദണ്ഡങ്ങൾ അല്ലെങ്കിൽ മാർഗ്ഗനിർദ്ദേശങ്ങൾ ഐക്യരാഷ്ട്രസഭയുമായി ബന്ധപ്പെട്ട ലോകരാജ്യങ്ങൾ നിയമം പോലെ തന്നെ അംഗീകരിക്കുന്നു. ചുവർചിത്രങ്ങളുടെ സംരക്ഷണത്തിനും അത്തരത്തിൽ പൊതു മാനദണ്ഡങ്ങളുണ്ട്. നമ്മുടെ രാജ്യത്താണെങ്കിൽ ആർക്കിയോളോജിക്കൽ സർവ്വേ ഓഫ് ഇന്ത്യ ആണ് പൈതൃക സംരക്ഷണത്തിനായി നിയമം മൂലം നിശ്ചയിച്ചിട്ടുള്ള സ്ഥാപനം. കാലാകാലങ്ങളിൽ പൈതൃകസംരക്ഷണവുമായി ബന്ധപ്പെട്ട ശാസ്ത്രീയ മാർഗ്ഗനിർദ്ദേശങ്ങൾ അവർ പ്രഖ്യാപിക്കുന്നു. സംസ്ഥാന പുരാവസ്തു വകുപ്പും സംരക്ഷണ പ്രവർത്തനങ്ങൾ നടത്തുന്നുണ്ട്. സമയം വളരെയായി. ഇക്കാര്യങ്ങൾ നമുക്ക് പിന്നീട് വിശദമായി സംസാരിക്കാം. ഇപ്പോൾ ചെറിയപള്ളിയിലേക്കു പോയാലോ?'

അങ്ങനെ എല്ലാവരും കോട്ടയം ചെറിയ പള്ളിയിലേക്ക് നീങ്ങി.

14
പള്ളികളും ചുവർചിത്രങ്ങളും

ചെറിയപള്ളിയിലേക്കു കയറിയപ്പോൾ പുതിയ പള്ളിയിലെ ജൂനിയർ അച്ചൻ ഇറങ്ങി വരുന്നുണ്ടായിരുന്നു. അച്ചൻ ചോദിച്ചു, 'എന്താ രാജീവേട്ടാ, അതിഥികളുണ്ടോ? ചിത്രങ്ങൾ കാണാനാണോ? ചെന്നോളൂ.' രാജീവ്, അച്ചനോട് കുശലം പറഞ്ഞശേഷം എല്ലാവരെയും അകത്തേയ്ക്കു കൂട്ടി.

പള്ളിക്കോണം രാജീവ്: 'എല്ലാവരും ആദ്യം ശ്രദ്ധിക്കുക. കേരളത്തിലെ ക്രിസ്തീയ ദേവാലയങ്ങളിലെ ചുവർചിത്രങ്ങളിൽ വെച്ച് മെച്ചപ്പെട്ട ചില ചിത്രങ്ങളാണ് ഇവിടെയുള്ളത്. ക്രിസ്തുവിന്റെ ജീവിതകഥയിലെ പ്രധാനരംഗങ്ങളാണ് ചിത്രങ്ങളുടെ വിഷയം. അവസാനത്തെ അത്താഴം, യൂദാസ്, ഗത്സമേൻ തോട്ടത്തിൽ നിൽക്കുന്ന ശിഷ്യന്മാർ, ക്രിസ്തുവിന്റെ പീഡാനുഭവങ്ങളും വിചാരണയും, കുരിശാരോഹണം, യേശുവിനെ മടിയിൽ കിടത്തിയ മേരി, ക്രിസ്തുവിന്റെ ഉയിർത്തെഴുന്നേൽപ്പ് തുടങ്ങിയവയാണ് ഇവിടുത്തെ മുഖ്യചിത്രങ്ങൾ. ഓരോന്നും നോക്കി മനസ്സിലാക്കിക്കോളൂ.'

കുട്ടികൾ ചിത്രങ്ങൾ നോക്കി ഓരോന്നും കണ്ടുപിടിച്ചു തുടങ്ങി. രാജീവ് അവരെ സഹായിക്കുന്നുണ്ടായിരുന്നു. പലതവണ കണ്ടുകഴിഞ്ഞപ്പോൾ എല്ലാവരും പുറത്തിറങ്ങി. പള്ളിയങ്കണത്തിൽ ഒരിടത്ത് ഒത്തുകൂടിയിരുന്നു.

ഹരിമാഷ്: 'ചിത്രങ്ങൾ കണ്ടിട്ട് നിങ്ങളുടെ നിരീക്ഷണം എന്താണ്? ആരെങ്കിലും പറയൂ.'

ആനി: 'മട്ടാഞ്ചേരിയിൽ കണ്ടതുപോലെയുള്ള നിറങ്ങൾ അല്ല ഇവിടെ.'

റോഷൻ: 'അവിടുള്ളപോലെ അത്രയും വരകൾ കാണുന്നില്ലല്ലോ.'

പ്രണോയ്: 'ക്ഷേത്രത്തിൽ വരയ്ക്കുന്ന സമ്പ്രദായത്തിലല്ല ഈ ചിത്രങ്ങൾ ഉള്ളത്.'

ഹരിമാഷ്: 'നിങ്ങളുടെ നിരീക്ഷണങ്ങൾ ശരിയാണ്. അവയ്ക്ക് കാരണം ക്ഷേത്രങ്ങളിലെ ചുവർചിത്രങ്ങൾ വരച്ചിരുന്ന അന്നത്തെ ചിത്രകാരന്മാർ ഹിന്ദു പുരാണങ്ങളിൽ മാത്രം അവഗാഹം നേടിയവരായിരുന്നു എന്നതാകാം. മാത്രവുമല്ല അവർ ഇന്നത്തെപോലെയുള്ള എല്ലാത്തരം ചിത്രങ്ങളും വരയ്ക്കുന്ന പ്രൊഫഷണൽ ചിത്രകാരന്മാരായിരുന്നില്ലല്ലോ? അവരുടെ കളരിയിൽ, ക്രിസ്തീയവി

ശ്വാസികളും ഉണ്ടായിരുന്നിരിക്കില്ല. എന്നാൽ യൂറോപ്പിലൊക്കെ പള്ളിയിൽ ചിത്രം വരയ്ക്കാറുണ്ടെന്ന് അറിയാമായിരുന്നു. അതു കൊണ്ട് ക്രിസ്തീയവിശ്വാസികളായ ചിലർ അവർക്കു പറ്റുന്ന രീതി യിൽ ചിത്രം വരച്ചു. ക്ഷേത്രത്തിലെപോലെ പഞ്ചവർണ്ണ സമ്പ്രദാ യമൊന്നും സ്വീകരിച്ചില്ല. കേരളത്തിലെ ക്രൈസ്തവ ദേവാലയ ങ്ങളിലെ ചുവർചിത്രങ്ങളെക്കുറിച്ച് വിശദമായി പഠിച്ച ഒരാളുണ്ട്. ഡോ. ജിപിൻ വർഗ്ഗീസ്. അദ്ദേഹത്തിന്റെ നിരീക്ഷണങ്ങൾ ശ്രദ്ധേ യമാണ്. അദ്ദേഹത്തിന്റെ പുസ്തകം വായിച്ചപ്പോൾ കിട്ടിയ അറി വുകൾ പങ്കുവെയ്ക്കുന്നത് നന്നായിരിക്കുമെന്ന് തോന്നുന്നു. പൊതു വെയുള്ള വിവരങ്ങൾ ആദ്യം പറയാം. കേരളത്തിൽ അമ്പത്തൊ ന്നു പള്ളികളിലായി അഞ്ഞൂറോളം ചിത്രങ്ങളുണ്ട്. അതിൽ എൺ പത്തിമൂന്നു വിഷയങ്ങളാണ് ചിത്രകാരന്മാർ സ്വീകരിച്ചിട്ടുള്ളത്. ഏതെങ്കിലും പ്രത്യേകശൈലി സ്വീകരിച്ചിരുന്നതായി തോന്നുന്നില്ല. അതായത് യൂറോപ്യൻ ശൈലിയോ, ഭാരതീയശൈലിയോ, പേർ ഷ്യൻ ശൈലിയോ സ്വീകരിച്ചിരുന്നതായി കാണുന്നില്ല. എന്നാൽ ചില പള്ളികളിലെ ചിത്രങ്ങൾക്ക് ഒരേ സമ്പ്രദായം കാണുന്നതു കൊണ്ട് അവയെ കൂട്ടിച്ചേർത്ത് ഒരു ശൈലി എന്ന് വേണമെങ്കിൽ പറയാം. സൈദ്ധാന്തികമായ പിൻബലമൊന്നുമില്ല എന്നർത്ഥം. ഇപ്പോ നമ്മൾ കണ്ട ചിത്രങ്ങളുടെ രീതിയിൽ മറ്റു രണ്ടിടത്ത് കാണു ന്നതുകൊണ്ട് അവയെക്കൂടി ചേർത്ത് ചെറിയപള്ളി ശൈലി എന്ന് ജിപിൻ വിളിക്കുന്നു. അങ്കമാലി ശൈലി, പാലിയേക്കര ശൈലി എന്നിങ്ങനെ പതിനൊന്നു ശൈലികളെക്കുറിച്ച് അദ്ദേഹം പറയു ന്നുണ്ട്. ഇനി, റോഷൻ പറഞ്ഞില്ലേ വരകൾ കാണുന്നില്ല എന്ന്. കോട്ടയം ചെറിയപള്ളിയിലെ ചിത്രങ്ങൾ രേഖകളെ അടിസ്ഥാന മാക്കി വരച്ചതാണ്. പക്ഷേ ക്ഷേത്രചിത്രങ്ങളെപ്പോലെ രേഖകളെ പ്രധാനമായി കണക്കാക്കുകയോ രേഖകൾ കൊണ്ട് ഭാവം നല്കു കകയോ ഒന്നും ചെയ്തിട്ടില്ല. മാത്രവുമല്ല ഉണ്ടായിരുന്ന കട്ടികു റഞ്ഞ രേഖകൾ മാഞ്ഞുപോയിട്ടുമുണ്ടാകും.

നിറങ്ങൾ കാണുന്നില്ല എന്ന് പറഞ്ഞത് ആനിയല്ലേ? വാസ്തവ ത്തിൽ കാവിച്ചുവപ്പ്, കരിംപച്ച, കറുപ്പ്, വെളുപ്പ് എന്നീ നിറങ്ങളാണ് ഇന്ന് അവശേഷിക്കുന്നത്. ആദ്യം മറ്റുനിറങ്ങൾ ഉപയോഗിച്ചിട്ടു ണ്ടായിരുന്നോ എന്നറിയില്ല. കാരണം പല ചിത്രങ്ങളും വളരെ മങ്ങിപ്പോയി. വർണ്ണസമ്പ്രദായം സ്വീകരിച്ചിട്ടില്ല. മാത്രവുമല്ല നിറ ങ്ങൾ വെറുതെ നൽകിയിരിക്കുകയാണ്. എന്നുപറഞ്ഞാൽ ഷെ യ്ഡ് ചെയ്തിട്ടില്ല എന്നർത്ഥം. ഒരേ സാന്ദ്രതയിൽ നൽകിയിരി

ക്കുകയാണ്. അതുതന്നെയല്ല. നിറങ്ങൾക്ക് പ്രതീകസ്വഭാവം നൽകിയിട്ടില്ല. ഏതു രൂപത്തിന് ഏതു നിറമെന്ന് പ്രമാണമില്ല.

പ്രണോയ് പറഞ്ഞതുപോലെ ക്ഷേത്രസമ്പ്രദായത്തിലല്ല വരച്ചിരിക്കുന്നത്. അതായത് ക്ഷേത്രസമ്പ്രദായത്തിന് രേഖാവിന്യാസം ഉണ്ടെന്നതിനേക്കാൾ ചില കാര്യങ്ങൾക്ക് കൃത്യമായ താലപ്രമാണം ഉണ്ടെന്നതാണ് കാര്യം. താലപ്രമാണം എന്നു പറഞ്ഞാൽ ഒരു രൂപത്തിലെ പരസ്പരമുള്ള അനുപാതവും മറ്റുമായ അളവുകളെക്കുറിച്ചുള്ള വ്യവസ്ഥ. മറ്റൊന്ന് അയഥാർത്ഥ അഥവാ വക്രീകൃത ശൈലിയാണത്. വരയ്ക്കപ്പെടുന്ന കഥാപാത്രത്തിന്റെ സ്വഭാവത്തിനും സാന്ദർഭിക ഭാവത്തിനുമനുസരിച്ച് രേഖകൾ കൊണ്ട് ധ്വനി നൽകിയാണ് ക്ഷേത്രസമ്പ്രദായത്തിൽ വരയ്ക്കുന്നത്. അമാനുഷഭാവം നൽകിയാണ് പല കഥാപാത്രങ്ങളേയും വരയ്ക്കുന്നത്. പള്ളി ചിത്രങ്ങളിലാകട്ടെ അങ്ങിനെ ഭാവം നൽകുകയോ രൂപത്തിന്റെ താരതമ്യസ്ഥാനമനുസരിച്ച് വലിപ്പം നൽകുകയോ ചെയ്തിട്ടില്ല. ഉദാഹരണത്തിന് ക്രിസ്തുദേവന് സാധാരണ വലിപ്പവും സാധാരണമുഖവുമേ വരച്ചിട്ടുള്ളു. ആകെയുള്ളത് തലയ്ക്കുചുറ്റും ഉള്ള പ്രഭാവലയമാണ്. പാശ്ചാത്യസമ്പ്രദായമനുസരിച്ച് പരിപ്രേഷ്യ സ്വഭാവവും നൽകിയിട്ടില്ല. പരിപ്രേഷ്യസ്വഭാവം എന്നുപറഞ്ഞാൽ അടുത്തുള്ളത് വലുപ്പത്തിൽ, ദൂരെയുള്ളത് ചെറുതായി ഒക്കെ വരയ്ക്കുന്ന രീതി. ചിത്രങ്ങളിൽ പൊതുവെ മിഴിവ്, പൂർണ്ണത അല്ലെങ്കിൽ സൗകുമാര്യം കാണാനില്ല. ഈ കാരണങ്ങൾ ഒക്കെ ചേർത്തുവെച്ചാൽ പറയാവുന്ന ഒരു കാര്യം കേരളത്തിലെ പള്ളി ചിത്രങ്ങൾ ക്ലാസിക് സ്വഭാവത്തിലുള്ളതല്ല മറിച്ച് നാടൻ സ്വഭാവത്തിലുള്ളതാണ് എന്നാണ്. ഡോ. ജിപിൻ അതാണ് അഭിപ്രായപ്പെടുന്നത്.'

പ്രണോയ്: 'പള്ളികളിൽ ചിത്രം വരയ്ക്കുന്നതിന് പ്രത്യേക സ്ഥാനം എന്തെങ്കിലുമുണ്ടോ?'

ഹരിമാഷ്: 'അങ്ങനെയില്ല. എന്നാലും മാതാവിന്റെയോ (അതായത് യേശുവിന്റെ മാതാവ്) പിതാവിന്റെയോ(അതായത് ദൈവത്തിന്റെയോ) ചിത്രങ്ങൾ അൾത്താരയുടെ പിറകിലെ ചുവരിൽ മുകളിലായി വരയ്ക്കുന്ന പതിവുണ്ട്. അൾത്താരയുടെ പാർശ്വഭിത്തികളിലാണ് ക്രിസ്തുവിന്റെ പീഡാനുഭവങ്ങളും മറ്റും വരയ്ക്കാറുള്ളത്. അതോടൊപ്പം ക്രിസ്തുവിനു മുൻപുള്ള പഴയനിയമം എന്നു വിളിക്കുന്ന ഗ്രന്ഥത്തിലെ കഥകളും പാർശ്വഭിത്തിയിൽ വരച്ചുകണ്ടിട്ടുണ്ട്. പ്രധാനഹാളിലെ ഭിത്തിയിൽ, അങ്കമാലിയിലെപ്പോലെ, അപൂർവ്വമായി മാത്രമേ കേരളത്തിൽ ചിത്രങ്ങൾ കാണാറുള്ളൂ. അതു

കൊണ്ട് സംശയിക്കുന്ന ഒരു കാര്യം പള്ളികളിലെ പ്രധാന ചിത്രങ്ങൾ വിശ്വാസികൾക്ക് കാണാനുള്ളതായിരുന്നോ എന്ന കാര്യത്തിലാണ്. മദ്ബഹയിലേക്ക്, അഥവാ ക്രിസ്ത്യൻ പുരോഹിതന്മാർ വിശുദ്ധബലി ചെയ്യുന്ന സ്ഥലത്തേയ്ക്ക്, മറ്റാർക്കും പ്രവേശനമില്ലായിരുന്നു. യൂറോപ്പിലാകട്ടെ മതവിശ്വാസികൾ പ്രാർത്ഥനനടത്തുന്ന ഹാളിലെ മച്ചിലും മറ്റും, അതിഗംഭീരമായ ചിത്രങ്ങൾ വരച്ചിരിക്കുന്നത് വിസ്മയാവഹമാണ്. മൈക്കേൽ ഏഞ്ചലോയുടെ പ്രശസ്ത ചിത്രങ്ങൾ അവിടെയുണ്ട്. അത് ഫ്രസ്കോ എന്നുവിളിക്കുന്ന പ്രതലം ഉണങ്ങുന്നതിനു മുൻപ് വരച്ച ചിത്രങ്ങളാണ്. കേരളത്തിലെ പള്ളികളിൽ വരച്ചിട്ടുള്ളതിൽ ശ്രദ്ധേയമായ ചില ചിത്രങ്ങൾ ഏതൊക്കെയാണെന്ന് നോക്കാം.

സ്വർഗ്ഗം-അങ്കമാലി സെയിന്റ് മേരീസ്, നരകം-അങ്കമാലി സെയിന്റ് മേരീസ്, ഗെത്സെമൻ തോട്ടം-കോട്ടയം ചെറിയപള്ളി, അന്ത്യഅത്താഴം-കോട്ടയം ചെറിയപള്ളി, അപ്പോസ്തലന്മാർ പാലിയേക്കര, ജ്ഞാനസ്നാനം-പാലിയേക്കര, പത്രോസ്-വേലൂർ പള്ളി, പണ്ഡിതരുടെ സന്ദർശനം-കോതമംഗലം വലിയപള്ളി, ക്രിസ്തുവിന്റെ പീഡാനുഭവം-മറ്റം പള്ളി, പിതാവായ ദൈവം-കടമറ്റം പള്ളി, തിരുപ്പിറവി-കുറിഞ്ഞി സെയിന്റ് പീറ്റേഴ്സ് ആൻഡ് പോൾസ്, ഉയിർത്തെഴുന്നേറ്റ ക്രിസ്തു-കുറിഞ്ഞി, യൂദാസിന്റെ ചുംബനം- ചേപ്പാട് പള്ളി, ചാട്ടവാറടിയേൽക്കുന്ന ക്രിസ്തു-പറവൂർ യാക്കോബായ പള്ളി, സെയിന്റ് തോമസിനെ വധിക്കുന്നു-പറവൂർ യാക്കോബായ പള്ളി തുടങ്ങിയവ ശ്രദ്ധിക്കേണ്ട ചിത്രങ്ങളാണ്.'

സമയമേറെയായപ്പോൾ ചർച്ച തത്ക്കാലം നിർത്താമെന്ന് ദീപ ടീച്ചർ പറഞ്ഞു. കൂടുതൽ സ്ഥലങ്ങളിൽ പോകാനുള്ള പരിപാടി പിന്നീട് തയ്യാറാക്കാമെന്ന അഭിപ്രായത്തോടെ ഹരിമാഷും കുട്ടികളും എഴുന്നേറ്റു. പള്ളിക്കോണം രാജീവിനോട് ഹരിമാഷ് നന്ദി പറഞ്ഞു. എല്ലാവരും വീട്ടിലേക്കു തിരിച്ചു.

15
കാർത്തിക്കിന്റെ കത്ത്

വടകര നിന്ന് കാർത്തിക്കിന്റെ നീണ്ട ഒരു കത്തുണ്ടെന്ന് നീതു പറഞ്ഞതുകൊണ്ട് എല്ലാവരും വീണ്ടും ഹരിമാഷിന്റെ വീട്ടിൽ ഒത്തുകൂടി. മാത്രവുമല്ല ദീപടീച്ചറിന്റെ ബന്ധുവായ അദിതി എത്തിയിട്ടുണ്ടെന്നും ചുവർചിത്രങ്ങളുടെ കാര്യത്തിൽ താത്പര്യമുണ്ടെന്നും

ചുവരും ചിത്രങ്ങളും

ടീച്ചർ പറഞ്ഞിരുന്നു. തലേദിവസം പോകാനിരുന്ന അദിതിയുടെ യാത്ര ഒരു ദിവസത്തേയ്ക്ക് മാറ്റിവയ്പ്പിച്ചിട്ട് ഇരിക്കുകയാണ് ടീച്ചർ.

കാർത്തിക്കിന്റെ കത്തിൽ വടകര ഭാഗത്ത് ചുവർചിത്രങ്ങളുണ്ടായിരുന്ന കുറേ സ്ഥലങ്ങളിൽ അച്ഛൻ കൊണ്ടുപോയതിന്റെ വിവരണമായിരുന്നു. വലിയ ആവേശത്തിലാണ് കത്തെഴുതിയിരിക്കുന്നത്. കീഴൂർ ശിവക്ഷേത്രം, ചോറോട് ചേന്ദമംഗലം ക്ഷേത്രം, കളിയാംവെള്ളി ഭഗവതി ക്ഷേത്രം, കുറ്റിപ്രം പാറയിൽ വേട്ടയ്ക്കൊരുമകൻ ക്ഷേത്രം എന്നിവിടങ്ങളിലാണ് കാർത്തിക്കിന്റെ അച്ഛൻ സുരേഷ് അവനെ കൊണ്ടുപോയത്. കുട്ടികൾ ഗൗരവത്തിൽത്തന്നെയാണ് ചുവർചിത്ര പഠനം നടത്തുന്നതെന്ന് മനസ്സിലാക്കിയ സുരേഷ് പല ദിവസങ്ങളിലായിട്ടാണ് ഇത്രയും സ്ഥലങ്ങളിൽ കാർത്തിക്കുമായി യാത്ര ചെയ്തത്. കാർത്തിക്കിന്റെ കത്തിൽ സൂചിപ്പിച്ച സന്ദർശനങ്ങളെക്കുറിച്ചുള്ള വിവരങ്ങൾ എല്ലാവരോടും പങ്കുവെയ്ക്കാൻ നീതുവിനോട് പറഞ്ഞു. ദീപടീച്ചർ അദിതിയെ എല്ലാവർക്കും പരിചയപ്പെടുത്തി.

ദീപടീച്ചർ: 'ഇതാണ് അദിതി. കണ്ണൂരാണ് താമസം. കുറച്ചുദിവസമായി നമ്മൾ ചുവർചിത്രങ്ങളുടെ പിറകെയാണെന്ന് അറിഞ്ഞപ്പോൾ എല്ലാവരുടെയും കൂടെക്കൂടാൻ താൽപ്പര്യം പറഞ്ഞതാണ്. ഇന്ന് പോകാനിരുന്നതാണ്. നാളത്തേയ്ക്ക് നീട്ടി.'

അദിതി: 'ഹായ്.'

കുട്ടികൾ: 'ഹായ്.'

അപർണ്ണ: 'എന്താ പറയാനുണ്ടെന്ന് പറഞ്ഞത്?'

ദീപടീച്ചർ: 'ഒരു കാര്യം ചെയ്യൂ. കാർത്തിക്കിന്റെ കത്തിലെ വിവരങ്ങൾ പറഞ്ഞശേഷം അദിതിയുടെ വിശേഷം പറയാം.'

നീതു: 'ശരി ടീച്ചർ.'

ഈ സമയം ഹരിമാഷും എത്തി.

നീതു കാർത്തിക്കിന്റെ കത്തിന്റെ ചുരുക്കം പറഞ്ഞു. 'കീഴൂർ ക്ഷേത്രത്തിൽപ്പോയപ്പോൾ മോഹിനിയുടെ ഒരു മനോഹരചിത്രം കണ്ടു. കിരാതാർജ്ജുനീയം ചിത്രപരമ്പര അവിടെ ഉണ്ടായിരുന്നു. അമ്പലത്തിലെ മുൻഭാഗത്തുള്ള ചില ചിത്രങ്ങൾ പുതുക്കിയിട്ടുണ്ട്. ആരോ സ്പോൺസർ ചെയ്തു പുതുക്കിയതാണ്. ചോറോട് ചേന്ദമംഗലം ക്ഷേത്രത്തിൽ പോയിരുന്നു. പലചിത്രങ്ങളും ശരിക്കു കാണാനേ പറ്റുന്നില്ല ഇപ്പോൾ. പ്രത്യേകതയുള്ള ഒരു ചിത്രം കണ്ടു. തൂങ്ങിക്കിടക്കുന്ന പാമ്പിന്റെ പുറത്ത് കുട്ടിഗ്ഗണപതി ഊഞ്ഞാലാടുന്നു! തെക്കുവശത്തെ ചില ചിത്രങ്ങൾ ആരോ രവിവർമ്മ ചിത്ര

ങ്ങളുടെ രീതിയിൽ മാറ്റിവരച്ചിരിക്കുന്നു എന്ന് പറഞ്ഞത് അല്പം പ്രയാസപ്പെട്ടു കണ്ടുപിടിച്ചു. ചില സ്ത്രീകളുടെ ചിത്രമാണത്. കളിയാംവെള്ളി ഭഗവതിക്ഷേത്രത്തിലെ പല ചിത്രങ്ങളും നശിച്ചുകഴിഞ്ഞു. അവിടെ മാഷ് പറഞ്ഞുതന്ന അപൂർവ്വ ചിത്രമുണ്ടായിരുന്നു. കദംബവനത്തിലെ ദേവി. മുത്തശ്ശിയോട് ചോദിച്ചപ്പോഴാണ് ത്രിപുരസുന്ദരി അഷ്ടകം എന്ന ധ്യാനത്തിൽ കദംബവനചാരിണീ, കദംബവനവാസിനീ എന്നൊക്കെ ദേവിയെ വിശേഷിപ്പിക്കുന്നതിനെക്കുറിച്ച് അറിഞ്ഞത്. ചിത്രകാരന്റെ അറിവ് ചിത്രങ്ങളിൽ ഉണ്ടാകും എന്ന് അച്ഛൻ പറഞ്ഞു. കടത്തനാടിന്റെ പഴയ ആസ്ഥാനമായിരുന്ന പാറയിൽ കുറ്റിപ്രം ക്ഷേത്രത്തിൽ പോയിരുന്നു. ഫോൺ വിളിച്ചപ്പോൾ മാഷ് പറഞ്ഞു തന്ന ഗണേശ്വരിയുടെ ചിത്രം കണ്ടു.'

ഹരിമാഷ്: 'കാർത്തിക്കെന്തായാലും നല്ല ഉത്സാഹത്തിലാണ്. അതിരിക്കട്ടെ. അദിതിയ്ക്ക് എങ്ങനെയാണ് ഈ കാര്യത്തിൽ താല്പര്യമുണ്ടായത്? അക്കഥ ഇവരോട് പറഞ്ഞോളൂ.'

ദീപടീച്ചർ: 'ഇനി ചായകുടി കഴിഞ്ഞു മതി. അദിതി വന്നതു കാരണം സ്പെഷ്യൽ ഉണ്ണിയപ്പം ഉണ്ടാക്കിയിട്ടുണ്ട്. അതും കഴിക്കാം.'

16
അദിതിയുടെ വിശേഷങ്ങൾ

സാരംഗി തമാശയായി ഒരു ന്യൂസ്പേപ്പർ മൈക്കുപോലെ ചുരുട്ടി വെച്ച് അദിതിയുടെ മുൻപിലേക്ക് നീട്ടി ചാനൽ റിപ്പോർട്ടർ ചോദിക്കുന്നതുപോലെ ചോദിച്ചു, 'ഇപ്പോൾ നമ്മോടൊപ്പം സ്റ്റുഡിയോയിലുള്ളത് അദിതി എന്ന മിടുക്കിക്കുട്ടിയാണ്. ഹായ് അദിതി, എന്താണ് താങ്കളുടെ അനുഭവം? ഒന്ന് വിവരിക്കാമോ?' അതുകേട്ട് എല്ലാവരും ചിരിച്ചു. അദിതി അതേ ശൈലിയിൽ പറഞ്ഞു തുടങ്ങി, 'അതായത്, അതൊരു നീണ്ടകഥയാണ്.'

ദീപടീച്ചർ: 'അതേയ്... മിടുക്കീ ...അത് ഒരു ചെറുകഥയാക്കി പറഞ്ഞാൽ മതി. ഇല്ലെങ്കിൽ ഊണ് കഴിക്കാൻ മൂവന്തിയാവും.' അതോടെ അവിടൊരു കൂട്ടച്ചിരി ഉയർന്നു.

അദിതി: 'ശരി. എന്നാൽ ചെറുകഥ. ചുരുക്കുമ്പോൾ ഒരുകാര്യമുണ്ട് ഭാഷയൊക്കെ ചിലപ്പോൾ ഫോർമലാകും. സഹിച്ചോണം.' 'ഓക്കേ...' എല്ലാവരും കോറസ്സായി പറഞ്ഞു.

അദിതി തുടർന്നു, 'കുറച്ചുനാൾ മുൻപ് ഞാൻ ഓപ്പയുടെ കൂടെ

ചുവരും ചിത്രങ്ങളും

കണ്ണൂർ പോയിരുന്നു. കണ്ണൂരെന്നുപറഞ്ഞാൽ പാണപ്പുഴ. കൈതപ്രമൊക്കെ കഴിഞ്ഞ് കുറേക്കൂടി പോകണം. എടക്കാട്ട് ഇല്ലത്ത് ഓപ്പയ്ക്ക് എന്തോ കാര്യത്തിന് പോയതാണ്. അവിടെ ഞങ്ങളുടെ ബന്ധത്തിൽപ്പെട്ട ശങ്കരേട്ടനും ഹേമേടത്തിയുമുണ്ട്. ഞങ്ങൾ അവിടെ ഇരിക്കുമ്പോൾ ആരോ ഒരാൾ ഇല്ലംവക ക്ഷേത്രത്തിൽ പോയിട്ട് എന്തോ ചോദിക്കാനായി ഇല്ലത്തേയ്ക്കു വന്നു. ശങ്കരേട്ടൻ അദ്ദേഹത്തോട് സംസാരിച്ചശേഷം അകത്തുപോയി ഏതോ ഒരു പുസ്തകം എടുത്തുകൊണ്ടുവന്നു വായിക്കാൻ കൊടുക്കുന്നത് കണ്ടു. ചുവർ ചിത്രങ്ങളെക്കുറിച്ച് പഠിക്കുന്ന തിരുവനന്തപുരത്തുനിന്നുള്ള ഒരാളായിരുന്നു ആ വന്നത്. അദ്ദേഹം പോയശേഷം ആ പുസ്തകം ഞങ്ങളിരുന്ന മുറിയിലെ മേശപ്പുറത്തു വെച്ചു. ഞാൻ വെറുതെ അതെടുത്തു നോക്കിയപ്പോൾ അതിൽ നിറയെ ചിത്രങ്ങളാണ്.

പുസ്തകത്തിന്റെ പേര് 'വോൾ പെയിന്റിങ്സ് ഇൻ നോർത്ത് കേരള, ഇന്ത്യ' എന്നു കണ്ടു. അപ്പോൾ ഞാനതേക്കുറിച്ച് ഹേമേടത്തിയോട് ചോദിച്ചു. അപ്പോഴാണ് പണ്ട് ജർമ്മനിയിൽ നിന്ന് ഒരു കൂട്ടർ അവരുടെ പ്രോജക്ടിന്റെ ഭാഗമായി അവിടെ വന്ന കാര്യം പറഞ്ഞത്. അവർ വടക്കൻ കേരളത്തിലെ ചിത്രങ്ങളുള്ള കുറേ അമ്പലങ്ങളിൽ പോയി അവിടെയുണ്ടായിരുന്ന ചിത്രങ്ങൾ ഡോക്യുമെന്റ് ചെയ്തു. അവർക്ക് അമ്പലത്തിൽ കയറാൻ കഴിയാത്തതുകൊണ്ട് തൊടീക്കളത്തെ ചിത്രങ്ങളെ കണ്ടെത്തി പ്രസിദ്ധമാക്കിയ കെ.കെ. മാരാർ എന്ന കലാകാരനെ കൂടെ കൂട്ടി. അദ്ദേഹം നല്ലൊരു ഫോട്ടോഗ്രാഫർ കൂടിയായിരുന്നു. പിന്നീട് ഈ ചിത്രങ്ങളും വിവരണങ്ങളുമൊക്കെയായി ജർമ്മനിയിൽ നിന്ന് അച്ചടിച്ചിറക്കിയതാണ് ആ പുസ്തകം. അപ്പോഴാണ് തൊടീക്കളം ചിത്രങ്ങളെ കണ്ടെത്തി നാട്ടുകാരോട് അതിന്റെ പ്രാധാന്യം പറഞ്ഞുകൊടുത്ത് അത് സംരക്ഷിക്കാൻ വേണ്ട ശ്രമങ്ങൾ നടത്തിയ കെ.കെ.മാരാരെക്കുറിച്ച് കൂടുതൽ കാര്യങ്ങൾ ശങ്കരേട്ടൻ പറഞ്ഞത്. അമ്പലങ്ങളിലെ ഇതുപോലെയുള്ള ചിത്രങ്ങളെ മ്യൂറൽ പെയിന്റിംഗ് എന്നാണ് പറയുന്നതെന്ന് സത്യത്തിൽ ഞാനപ്പോഴാണ് മനസ്സിലാക്കുന്നത്. പുസ്തകം ഞാൻ പലവട്ടം മറിച്ചുനോക്കി. തിരിച്ചു വീട്ടിലെത്തി അച്ഛനോട് ഇതൊക്കെ പറഞ്ഞപ്പോഴാണ് അച്ഛന് മാരാർ മാഷിനെ അറിയാമെന്നും മാഹി കലാഗ്രാമത്തിൽ വെച്ചും കണ്ണൂർ ഫോക്‌ലോർ അക്കാഡമിയിൽ വെച്ചും ധാരാളം സംസാരിച്ചിട്ടുണ്ടെന്നും തിരുവങ്ങാടാണ് താമസമെന്നുമൊക്കെ അറിയാൻ കഴിഞ്ഞത്. കൃഷ്ണകുമാർ മാരാർ എന്നാണ് അദ്ദേഹത്തിന്റെ മുഴുവൻ പേര്. വേണമെങ്കിൽ

ചുവരും ചിത്രങ്ങളും

മാരാർ മാഷിനെ കാണാൻ പോകാം എന്ന് അച്ഛൻ പറഞ്ഞപ്പോൾ ആവേശം തോന്നി എനിക്ക്. അങ്ങനെ മാരാർ മാഷിനെ വീട്ടിൽ പോയിക്കണ്ട് സംസാരിച്ചു.'

നീതു: 'ആഹാ എന്നിട്ട്? അതുകൂടി വേഗം പറഞ്ഞേ.'

അദിതി: 'പറയാം, തൊടീക്കളത്തെ ചിത്രങ്ങൾ കണ്ടെത്തിയതിനെക്കുറിച്ച് മാരാർ മാഷ് പറഞ്ഞത് അത് വളരെ യാദൃച്ഛികമായി കണ്ടെത്തിയതാണ് എന്നാണ്. മാഷ് അതെന്നോടു വിശദീകരിച്ചതിങ്ങനെയാണ്,

'ഒരുപാട് വർഷങ്ങൾക്കുമുൻപ് കണ്ണവം ഭാഗത്ത് ഒരു കൂട്ടുകാരനെ കാണാൻ പോയതാണ്. വഴിതെറ്റി കറങ്ങിനടന്നു തിരികെ പ്രധാന റോഡിലെത്താൻ തുടങ്ങുമ്പോഴാണ് അവിടെ ഒരു പഴയ അമ്പലം കണ്ടത്. വെറുതെ ചെന്നു നോക്കുമ്പോഴാണ് അതുവരെ കണ്ടിട്ടില്ലാത്ത ചിത്രങ്ങൾ. അതുമുഴുവനും അന്നും പിന്നീട് പലവട്ടവും നോക്കിപ്പഠിച്ചു. ആരും പറഞ്ഞുതരാനോ പഠിപ്പിക്കാനോ ഇല്ലായിരുന്നു. അതുകഴിഞ്ഞ് അത്തരം ചിത്രങ്ങളുള്ള അമ്പലങ്ങൾ തേടി നടന്നു. ആർക്കും അതേക്കുറിച്ച് അറിയില്ല. പഴയ അമ്പലങ്ങളിലെല്ലാം കയറിയിറങ്ങി. ഒരുപാട് പണം ചിലവാക്കി. ആളുകൾ വട്ടാണെന്ന് വരെ പറഞ്ഞു. എന്നിട്ടും പറ്റുന്നിടത്തെല്ലാം പോയി പഠിച്ചു. അങ്ങനെയിരിക്കുമ്പോഴാണ് നിങ്ങൾ പറഞ്ഞ ജർമ്മനിക്കാർ വന്നതും ചിത്രങ്ങൾ എടുക്കാൻ അവരെ സഹായിച്ചതും. വാസ്തവത്തിൽ ഒരു വ്യവസ്ഥയിലാണ് അതിനു സമ്മതിച്ചത്. ഫോട്ടോ അച്ചടിക്കുമ്പോൾ ചുവരിൽ ഉണ്ടായിരുന്ന നിറങ്ങൾ തന്നെ ഉണ്ടായിരിക്കണം എന്നതായിരുന്നു വ്യവസ്ഥ. കാരണം ഫോട്ടോയെടുക്കുമ്പോൾ ലെൻസിന്റേയും ഫിലിമിന്റെയും സ്വഭാവമനുസരിച്ച് നിറങ്ങളിൽ കുറച്ചു മാറ്റംവരും.' 'അതുകൊണ്ടെന്താ പ്രശ്നം?' എന്ന് ഞാൻ ചോദിച്ചു. അപ്പോൾ മാഷ് പറഞ്ഞത്, 'അച്ചടിച്ച രേഖകൾക്ക് സ്ഥിരസ്വഭാവമുണ്ട്. ആരെങ്കിലും പിന്നീടെടുത്ത് നോക്കിയാൽ വാസ്തവത്തിൽ ഉണ്ടായിരുന്ന നിറത്തെക്കുറിച്ച് തെറ്റിദ്ധാരണ ഉണ്ടാകാൻ പാടില്ല. ചിത്രം എന്നാൽ രൂപം മാത്രമല്ല. നിറം കൂടിച്ചേർന്നതാണ്. ഒന്നാണെന്നുപറഞ്ഞു മറ്റൊന്നിനെ കാണിക്കുന്നത് ഡോക്യുമെന്റഷൻ ചെയ്യുമ്പോൾ തെറ്റാണ്. ആ നിർബന്ധം പിടിച്ചതിൽ ഏറ്റവും വലിയ സംതൃപ്തി തോന്നിയത് പിന്നീടാണ്. അന്ന് ഡോക്യുമെന്റ് ചെയ്ത പല ചിത്രങ്ങളും ഇന്നില്ല. നശിക്കുകയോ നശിപ്പിച്ചുകളയുകയോ ഉണ്ടായിട്ടുണ്ട്. ഇന്ന് ആ ക്ഷേത്രചിത്രങ്ങളുടെ ഒരേയൊരു ആധികാരിക രേഖ ഞാനെടുത്ത് അച്ചടിച്ച ചിത്രങ്ങൾ

മാത്രമാണ്.'

അര മണിക്കൂർ കഴിഞ്ഞിറങ്ങാം എന്നു വിചാരിച്ചു പോയതാണ് മാഷിനെ കാണാൻ. നാലുമണിക്കൂർ സംസാരിച്ചിരുന്നത് ഞങ്ങൾ അറിഞ്ഞതേയില്ല.'

അദിതിയുടെ വിവരണം എല്ലാവരും ശ്രദ്ധിച്ചു കേട്ടിരുന്നു. ആർക്കെങ്കിലും അഭിപ്രായം പറയാനുണ്ടെങ്കിൽ ആവാമെന്ന് ഹരിമാഷ് പറഞ്ഞു.

മൃണാൾ: 'മാരാർ മാഷ് ചെയ്തപോലെ കേരളത്തിലെ എല്ലാ ചുവർചിത്രങ്ങളെയും ഡോക്യുമെന്റ് ചെയ്താൽ നല്ലതല്ലേ?'

ഹരിമാഷ്: 'തീർച്ചയായും. അതു പക്ഷേ, പണച്ചെലവുള്ള കാര്യമാണ്. എന്നാൽ അതിനേക്കാൾ വേണ്ടത് പൈതൃകം സംരക്ഷിക്കാനുള്ള നിശ്ചയമാണ്. അതില്ലാത്തതാണ് കുഴപ്പം.'

17
അല്പം വിചാരം

ഊണ് തയ്യാറായപ്പോൾ ദീപടീച്ചർ വിളിച്ചു. ഊണുകഴിഞ്ഞ് എല്ലാവരും വീണ്ടും പൂമുഖത്തേയ്ക്കുവന്നു.

പ്രണോയ്: 'മാഷേ, ചുവർ ചിത്രങ്ങളെക്കുറിച്ചു പഠിക്കാൻ വേറെ എന്തു മാർഗ്ഗങ്ങളുണ്ട്?'

ഹരിമാഷ്: 'ഞാൻ ഹേമചന്ദ്രൻ സാറിനോട് ചോദിച്ചിരുന്നു. അപ്പോഴറിയാൻ കഴിഞ്ഞത് ആദ്യകാലത്ത് ഒരു പ്രത്യേകതരം ഓയിൽ പേപ്പർ ഉപയോഗിച്ച് സ്കെച്ച് എടുത്ത് പേപ്പറിൽ വരച്ച് നിറംകൊടുത്ത് പഠിച്ചിരുന്നുവത്രേ. പിന്നീട് ചിത്രങ്ങൾക്ക് അത് ദോഷം ചെയ്യും എന്ന് മനസ്സിലാക്കി നോക്കി വരയ്ക്കാൻ മാത്രം അനുവദിച്ചിരുന്നു. പിന്നീടാണ് ഫോട്ടോയെടുക്കുന്ന സമ്പ്രദായം വന്നത്.'

അപർണ: 'പണ്ട് വരച്ചിരുന്നവർ ഒക്കെ മരിച്ചുപോയശേഷം എപ്പോഴാണ് വീണ്ടും ചുവർചിത്രങ്ങൾ ശ്രദ്ധിക്കാൻ തുടങ്ങിയത്?'

ഹരിമാഷ്: 'അപ്പൂ, നല്ലൊരു ചോദ്യമാണത്. ഞാൻ വിട്ടുപോയ കാര്യമാണ്. താങ്ക് യു. ഏറെക്കാലം ആർക്കും വേണ്ടാതെ കിടന്ന ചുവർചിത്രരചനയിലേക്ക് പുതിയ തലമുറയെ കൊണ്ടുവന്നത് ഗുരുവായൂരടുത്ത് താമസിച്ചിരുന്ന മമ്മിയൂർ കൃഷ്ണൻ കുട്ടി നായർ എന്ന പാരമ്പര്യ ചിത്രകാരനാണ്. അദ്ദേഹത്തിന്റെ ഉത്സാഹത്തിൽ ഗുരുവായൂർ ദേവസ്വം, ഒരു ചുവർചിത്ര പഠന കേന്ദ്രം ആരംഭിച്ചു.

അങ്ങനെ ഇപ്പോൾ ധാരാളം പേർ ചുവർചിത്രം വരയ്ക്കാൻ അറിയാവുന്നവരായി ഉണ്ട്.'

സാരംഗി: 'പഴയ രീതിയിൽ തന്നെയാണോ വരയ്ക്കുന്നത്?'

ഹരിമാഷ്: 'വളരെ പ്രസക്തമായ ചോദ്യമാണ് സാരംഗി ചോദിച്ചത്. അതിനു പല വശങ്ങളുണ്ട്. ഓരോന്നായി പറയാം. ഒരുകാര്യം ചുവർചിത്ര രചനയെക്കുറിച്ച് പ്രതിപാദിക്കുന്ന ഗ്രന്ഥങ്ങൾ ഉണ്ട്. ഉദാഹരണത്തിന് ഏഴാം നൂറ്റാണ്ടിലെഴുതിയ വിഷ്ണുധർമ്മോത്തരപുരാണത്തിലെ ചിത്രസൂത്രം എന്ന ഭാഗത്ത് ചുവർചിത്ര രചനയെക്കുറിച്ചു പറയുന്നുണ്ട്. കേരളത്തിൽ ജനിച്ച ശ്രീകുമാരന്റെ ശില്പരത്നം എന്ന ഗ്രന്ഥവും ചുവർചിത്രകലയെക്കുറിച്ച് വിവരിക്കുന്നു. ഇനിയും ധാരാളം ഗ്രന്ഥങ്ങൾ ഇതേക്കുറിച്ച് ഏറിയും കുറഞ്ഞും പറയുന്നുണ്ട്. അതുകൊണ്ട് പഴയരീതിയിൽ വരയ്ക്കാൻ ഉള്ള അറിവ് ലഭ്യമാണ്. പഴയരീതിയിൽ തന്നെ അതായത് പ്രതലം തയ്യാറാക്കി പഴയ തരത്തിലെ ചായക്കൂട്ടുകൾ ഉണ്ടാക്കി ഒരുപാട് ചിത്രങ്ങൾ ഇപ്പോഴും വരയ്ക്കുന്നുണ്ട്. ആ ശൈലി പഠിക്കുന്നവർ നിരവധിയാണ്. വലിയ പണച്ചെലവുള്ള പരിപാടിയാണ് എന്നതാണ് അതിലെ പ്രധാന ബുദ്ധിമുട്ട്.

ഇതൊക്കെയാണെങ്കിലും അറിവും കാഴ്ചപ്പാടും പ്രധാനമാണ്. സാങ്കേതികമായി ചിത്രം വരയ്ക്കാൻ അറിയാവുന്നതുകൊണ്ട് മാത്രം കാര്യമില്ല. പുരാണങ്ങളിലും ഐതിഹ്യങ്ങളിലും ക്ഷേത്രസങ്കൽപ്പത്തിലുമൊക്കെ അറിവുണ്ടെങ്കിലേ വരയ്ക്കേണ്ട ചിത്രങ്ങൾ തെരഞ്ഞെടുക്കാനും അതിന് വിശദാംശങ്ങൾ നൽകാനും കഴിയൂ. പള്ളിയുമായി ബന്ധപ്പെട്ടാണെങ്കിൽ ക്രിസ്തീയസാഹിത്യത്തെക്കുറിച്ച് നല്ല അറിവുവേണം. നല്ല സാമൂഹ്യനിരീക്ഷണവും പരിസരനിരീക്ഷണവും ഉള്ള ആളിനു മാത്രമേ ചിത്രങ്ങളുടെ പശ്ചാത്തലവും രൂപങ്ങളുടെ ഭാവവും നന്നാക്കാൻ കഴിയൂ. മാത്രവുമല്ല ചരിത്രബോധവും വേണം.

ചുവർചിത്രരചന കൂടുതൽ പേർ പഠിക്കുകയും അവസരങ്ങൾക്കുവേണ്ടി പാഞ്ഞുനടക്കുകയും ചെയ്യുന്നതിന് ഒരപകടം ഉണ്ട്. ചരിത്രബോധം ഇല്ലാത്ത ക്ഷേത്രഭാരവാഹികളും പള്ളിക്കമ്മിറ്റിക്കാരും ദേവാലയം പുതുക്കിപ്പണിയുന്നതിന്റെ ഭാഗമായി പഴയചിത്രങ്ങൾ മുഴുവൻ മാറ്റി അതേ ചിത്രം വരച്ചുവയ്ക്കുന്നുണ്ട്. ഇത് ഞാൻ മുൻപ് പറഞ്ഞതുപോലെ പുരാവസ്തുമൂല്യം ഉണ്ടായിരുന്ന പഴയചിത്രങ്ങൾ പൂർണ്ണമായി നഷ്ടപ്പെടുന്നതിനിടയാക്കുന്നു. വേറൊരപകടം കൂടി പലരും ചെയ്യുന്നുണ്ട്. പണം കുറവാണെ

ങ്കിൽ അക്രിലിക് എന്ന കൃത്രിമച്ചായം ഉപയോഗിച്ച് പഴയ ചിത്രങ്ങളെ പുതുക്കുന്നു. അതും ചിത്രത്തെ നശിപ്പിക്കുന്നതിനു തുല്യമാണ്. ഇതോടു ചേർത്തു മനസ്സിലാക്കേണ്ട മറ്റൊരു വസ്തുത കൂടിയുണ്ട്, ചുവർചിത്രം എന്നത് ഒരു ചിത്രരചനാ ശൈലിയല്ലേ. അതുകൊണ്ട് ക്ഷേത്രങ്ങളിലോ ക്രിസ്തീയ ദേവാലയങ്ങളിലോ മാത്രമായി ചുരുക്കേണ്ടതെന്തിനാണ് എന്ന ചോദ്യം പ്രസക്തമല്ലേ? ലോകം മാറിവരികയല്ലേ. ക്ഷേത്രങ്ങളിൽ മാത്രമുണ്ടായിരുന്ന കഥകളിപോലെയുള്ള കലാരൂപങ്ങൾ പുറത്തേയ്ക്ക് വന്നുകഴിഞ്ഞിട്ടുണ്ടല്ലോ. അതുകൊണ്ട് മറ്റു വിഷയങ്ങളും ഈ ശൈലിയിൽ വരയ്ക്കാമല്ലോ. ഇപ്പോൾ അങ്ങിനെ പലയിടത്തും വരച്ചിട്ടുണ്ട്. മന്നത്തു പത്മനാഭൻ എന്ന സമുദായ നേതാവിന്റ ജീവിതത്തിലെ പ്രധാന സംഭവങ്ങൾ അങ്ങനെ വരപ്പിച്ചതായി വായിച്ചിട്ടുണ്ട്.

വേറൊരു കാര്യം കേവലം ചിത്രങ്ങൾക്കു മാത്രമെന്തിനാണ് ഈ ശൈലി ഉപയോഗിക്കുന്നത്? വസ്ത്രങ്ങളും വീടും ഡിസൈൻ ചെയ്യുമ്പോൾ ഇതുപയോഗിച്ചുകൂടേ? അതും ഇപ്പോൾ പ്രചാരത്തിലായിട്ടുണ്ട്. ഒരു കാര്യമുണ്ട് ക്ലാസിക്കൽ കലാരൂപങ്ങളുടെ തനിമ സംരക്ഷിക്കുന്നത് ചരിത്രബോധമുള്ള ഒരു തലമുറയുടെ അടയാളമാണെന്നാണ് എന്റെ വിചാരം. മൗലികവാദമല്ല. ഒരു ഭാഗത്ത് അത് വേണം എന്നു മാത്രം. നാം എവിടെനിന്നു വന്നു എന്നറിയാനെങ്കിലും.

ആനന്ദകുമാരസ്വാമിയെപ്പോലുള്ള കലാ നിരൂപകരും അമൃതാ ഷെർഗിലിനെ പോലുള്ള ചിത്രകാരികളും പ്രകീർത്തിച്ചിട്ടുള്ള പാരമ്പര്യ ചിത്രരചനാ സമ്പ്രദായമാണ് കേരളത്തിലുള്ളത്. എ. രാമചന്ദ്രനെപ്പോലെയുള്ള ചിത്രകാരന്മാരും മാരാർ മാഷിനെപ്പോലെയുള്ള കലാകാരന്മാരും രേഖപ്പെടുത്തിവെയ്ക്കാൻ ശ്രമിച്ചിട്ടുള്ള അപൂർവ്വ വർണ്ണലോകമാണ് അവയ്ക്കുള്ളത്. അതുകൊണ്ട് നമുക്കും അതൊക്കെ മനസ്സിലാക്കാൻ ശ്രമിക്കാം.'

പരീക്ഷകൾ കഴിഞ്ഞിട്ട് പറ്റാവുന്ന ചുവർചിത്ര സങ്കേതങ്ങളിലേയ്ക്ക് പോകാം എന്ന് എല്ലാവരും തീരുമാനിച്ചു. അദിതി ചുവർചിത്രപഠനത്തിന് തീരുമാനിച്ച കാര്യം പറഞ്ഞപ്പോൾ എല്ലാവരും അവളെ അഭിനന്ദിച്ചു. യോഗം പിരിച്ചുവിട്ടിരിക്കുന്നു എന്ന് ദീപടീച്ചർ നാടകീയമായി പറഞ്ഞതോടെ എല്ലാവരും ചിരിച്ചുകൊണ്ട് എഴുന്നേറ്റു. അദിതിക്ക് യാത്ര പോകാനുള്ളതാണ് എന്ന് ടീച്ചർ ആംഗ്യം കാണിച്ചു. ബൈ പറഞ്ഞ് എല്ലാവരും പിരിഞ്ഞു.

18
ചുവരും ചിത്രങ്ങളും

അദിതിയെ കൊണ്ടുപോകാൻ അമ്മാവൻ വന്നു. അവൾ യാത്ര പറഞ്ഞ് കാറിൽക്കയറി. എല്ലാവരും കൈവീശി. അദിതിയും. കാർ ഗേറ്റു കടക്കുന്നതുവരെ മാഷും ടീച്ചറും സാരംഗിയും നോക്കിനിന്നു. പിന്നെ മാഷ് ആത്മഗതമെന്നപോലെ ഉറക്കെ പറഞ്ഞു 'പ്രണോയിയുടെ ഒരൊറ്റ ചോദ്യത്തിൽ നിന്നാണ് എല്ലാം. കമ്പിത്തിരിയിൽ നിന്ന് മത്താപ്പ് കത്തിക്കുന്നതുപോലെ. ഈ ഉത്സാഹം പോകാതെ നോക്കണം. എന്തുപറയുന്നു ടീച്ചറേ?'

ദീപടീച്ചർ: 'തീർച്ചയായും. നമുക്ക് ഗൗരവമായി ഒന്നാലോചിക്കാം. ഇതിന്റെ തുടർച്ച എങ്ങനെ വേണമെന്ന് നമുക്ക് ഗൗരവമായി ആലോചിക്കാം.'

ഹരിമാഷ്: 'ചെറിയചെറിയ അസൈൻമെന്റ് വഴി കുട്ടികൾ അറിവ് ശേഖരിച്ചുകൊണ്ടേയിരിക്കണം. ചുവർചിത്രസങ്കേതങ്ങൾ ഓരോന്നായി സന്ദർശിച്ച് ചിത്രപരിചയം വർദ്ധിപ്പിക്കണം.'

സാരംഗി: 'അസൈൻമെന്റ് എന്നു പറഞ്ഞാൽ?'

ഹരിമാഷ്: 'അസൈൻമെന്റ് എന്നു പറഞ്ഞാൽ; ഉദാഹരണം പറയാം. പുസ്തകത്തിൽ നിന്ന് ഓരോ ക്ഷേത്രത്തിലെയും ചിത്രങ്ങളുടെ പട്ടിക തയ്യാറാക്കുക, ഓരോ ചിത്രങ്ങളുടെയും ആധാരമായ ധ്യാനശ്ലോകം അല്ലെങ്കിൽ പുരാണകഥ പട്ടികയായി തയ്യാറാക്കുക, പള്ളിചിത്രങ്ങളുടെയാണെങ്കിൽ പിന്നിലെ കഥയും ആധാരഗ്രന്ഥവും കണ്ടെത്തി പട്ടിക തയ്യാറാക്കുക തുടങ്ങിയ അസൈന്മെന്റ്കൾ ആദ്യ ഘട്ടത്തിൽ. പിന്നീട് കുറച്ചുകൂടി പ്രയത്നം വേണ്ട കാര്യങ്ങൾ. ഉദാഹരണത്തിന് പലസ്ഥലങ്ങളിലുമുള്ള ഒരേ ചിത്രത്തിന്റെ ചിത്രീകരണത്തിലെ വ്യത്യാസങ്ങൾ കണ്ടെത്തുക, സവിശേഷതകൾ ഉള്ള ചിത്രങ്ങളെ കണ്ടെത്തി പ്രത്യേക പട്ടിക തയ്യാറാക്കുക തുടങ്ങിയവ.'

ദീപടീച്ചർ: 'മറ്റൊന്നുകൂടി നമ്മുടെ മുൻഗണനയിൽ വേണമെന്നാണ് എനിക്ക് തോന്നുന്നത്. പറ്റുമെങ്കിൽ ആദ്യം തന്നെ. പറയട്ടെ?'

ഹരിമാഷ്: 'പറയെടോ ടീച്ചറേ.'

ദീപടീച്ചർ: 'കുട്ടികളെ ചുവർ ചിത്രപഠനകേന്ദ്രത്തിൽ കൊണ്ടു

പോകുക. എന്നിട്ട് നല്ല മാഷന്മാരെക്കൊണ്ട് ചിത്രരചനയെക്കുറിച്ചു ക്ലാസ് എടുപ്പിക്കുക. ശില്പശാലപോലെ അവരുടെ മുൻപിൽ ചിത്രങ്ങൾ വരയ്ക്കുകയും ചെയ്യണം. ചുവർചിത്രവുമായി ബന്ധപ്പെട്ട പുസ്തകങ്ങളുടെ പട്ടിക അവരുടെകൈയിൽ നിന്ന് സംഘടിപ്പിക്കണം.'

ഹരിമാഷ്: 'നല്ല നിർദ്ദേശമാണ്. നമുക്ക് മമ്മിയൂരോ ആറന്മുളയിലോ അന്വേഷിക്കാം. മാത്രവുമല്ല മാരാർ മാഷിനെയും ശശിഭൂഷൺ സാറിനേയും പോലുള്ളവരുടെ കൂടെ ഒരുദിവസം ചെലവഴിക്കാൻ വഴിയുണ്ടോ എന്നും അന്വേഷിക്കാം.'

ദീപടീച്ചർ: 'വിട്ടുപോയ ഒരു കാര്യമുണ്ട്. ഇപ്പോൾ ഇതുവരെ പറഞ്ഞതൊക്കെ ചുവർ ചിത്ര പഠനമാണ്. അതിലും പ്രധാനപ്പെട്ട ഒന്നല്ലേ പഴയ ചിത്രങ്ങളുടെ സംരക്ഷണം.'

ഹരിമാഷ്: 'അതെ. ടീച്ചറേ? ടീച്ചർ ഇന്ന് നല്ല സെൻസിബിൾ ആയിട്ടാണ് പറയുന്നത്. നന്നായി.'

ദീപടീച്ചർ: 'അതു കൊള്ളാല്ലോ. അതെന്താ ഇതുവരെ അങ്ങനെയായിരുന്നില്ലേ?'

ഹരിമാഷ്: 'എന്റെ പൊന്നേ വഴക്കുണ്ടാക്കണ്ട. അതു ഞാൻ വിട്ടു.' അതും പറഞ്ഞ് മാഷ് സാരംഗിയെ നോക്കി ചിരിച്ചു. എന്നിട്ടു പറഞ്ഞു, 'നമുക്ക് പൈതൃക സംരക്ഷണത്തിന് ഒരു വിളംബരം കുട്ടികളെക്കൊണ്ട് നടത്തിക്കാം. അതോടൊപ്പം നമ്മുടെ നാട്ടിലെ പൈതൃക കേന്ദ്രങ്ങളുടെ പരിസരത്തുള്ള വീടുകളിൽ കയറി ബോധവൽക്കരണം നടത്തുന്നതിനുള്ള ഒരു പദ്ധതി സ്കൂളിനെക്കൊണ്ട് അംഗീകരിച്ചുവാങ്ങണം. ഫലം ചെയ്യാതിരിക്കില്ല. നന്നായി നടന്നാൽ സർക്കാരിന്റെ പിന്തുണ നേടിയെടുക്കാം. സമീപവാസികളെ ബോധവത്കരിച്ചു കൊണ്ടാണ് തൊടീക്കളത്തെ ചിത്രങ്ങളുടെ സംരക്ഷണത്തിന് കെ.കെ. മാരാർ മാഷ് ഫലപ്രദമായ തുടക്കം കുറിച്ചത്.'

ദീപടീച്ചർ: 'കുട്ടികൾക്ക് പൗരബോധം ഉണ്ടായാൽ പകുതി കാര്യം നടക്കും.'

ഹരിമാഷ്: 'ദീപേ, പറഞ്ഞത് വളരെ ശരി. ഓർമ്മയില്ലേ പണ്ട് കൊതിതോന്നി വഴിയരുകിൽ വിറ്റുകൊണ്ടിരുന്ന മുളകുബജ്ജി വാങ്ങാൻ നമ്മൾ ആലോചിച്ചപ്പോൾ യൂക്കേജീൽ ആയിരുന്ന നമ്മുടെ മോൾ അവളുടെ ക്ലാസ് ടീച്ചർ പഠിപ്പിച്ച ഒരു പാഠം നമ്മളെ പഠിപ്പിച്ചത്?'

ദീപടീച്ചർ: 'പിന്നേ, ഇപ്പോഴും ഓർമ്മയുണ്ട്, ഡോണ്ട് ഈറ്റ് അൺ

കവേഡ് ഫുഡ് എന്നായിരുന്നില്ലേ അവളുടെ പാഠം? അതോടെ നമ്മൾ വഴിയരികിലെ ആഹാരം നോക്കുകപോലുമില്ലാതെയായില്ലേ?'

ഹരിമാഷ്: 'അതു തന്നെ.' പിന്നെ സാരംഗിയെ സ്നേഹത്തോടെ ചേർത്തു നിർത്തി പറഞ്ഞു നീയാ മോളെ ഞങ്ങളെ തിരുത്തേണ്ടത്. നിങ്ങളാണ് നാളെയുടെ ചുവരെഴുത്തുകൾ.'

○○

അനുബന്ധം

ശിവ-മോഹിനീ സംഗമം-മട്ടാഞ്ചേരി (കടപ്പാട്: ഗൂഗിൾ)

നരസിംഹമൂർത്തി - കീഴൂർ, വടകര.

രുഗ്മിണീസ്വയംവരകൃഷ്ണൻ- തൊടീക്കളം

ചുവരും ചിത്രങ്ങളും

മഹാവിഷ്ണു - ബാലുശ്ശേരി

ചുവർചിത്രങ്ങളുള്ള ഒരു ക്ഷേത്രശ്രീകോവിൽ

ഗോവർദ്ധനോദ്ധാരണം - എളമാരൻകുളങ്ങര

മോഹിനി - കീഴൂർ, വടകര

കിരാതാർജ്ജുനീയം - കിരാത-പാർവ്വതീ പുത്രൻ

ചുവരും ചിത്രങ്ങളും

വേട്ട ശാസ്താവ് - പുണ്ഡരീകപുരം

അവസാനത്തെ അത്താഴം - കോട്ടയം ചെറിയപള്ളി

ഗണേശ്വരി - കുറ്റിപ്രം (കടത്തനാട്)

ഗണപതിപൂജയ്ക്ക് പോകുന്ന ബ്രാഹ്മണർ

കദംബവനവാസിനിയായ ദേവി - കളിയാംവെള്ളി

വാകമോളി ക്ഷേത്രത്തിലെ ഒരു ചിത്രം

ത്രിമാന ശൈലിയിലേക്ക് മാറ്റിവരച്ച ഭാഗം - ചേന്ദമംഗലം

അഘോരമൂർത്തി

ചുവരും ചിത്രങ്ങളും

ഗജപൃഷ്ഠാകൃതി (കടപ്പാട്: വിക്കിപീഡിയ)

ആദവും
ഔവയും -
അങ്കമാലി
പള്ളി